வீட்டோடு மாப்பிள்ளை

(பிழியப் பிழிய ஒரு சோகக் காவியம்)

வீட்டோடு மாப்பிள்ளை

(பிழியப் பிழிய ஒரு சோகக் காவியம்)

பா. ராகவன்

Veettodu Mappillai
Author's Name: Pa Raghavan

Published by Ezutthu Prachuram

Ezutthu Prachuram
(An imprint of Zero Degree Publishing)
No. 55(7), R Block, 6th Avenue,
Anna Nagar,
Chennai - 600 040

Website: www.zerodegreepublishing.com
E Mail id: zerodegreepublishing@gmail.com
Phone: 89250 61999

Ezutthu Prachuram First Edition: October 2022
ISBN: 978-93-95511-03-2
TITLE NO EP: 374

Cover Design & Layout: Vijayan

அன்புடன்

பால கணேஷுக்கு

ஒரு சொல்

நாளும் கோளும் நலிந்தோர்க்கில்லை என்று என் தந்தை அடிக்கடி சொல்வார். எழுதுபவனுக்குக் காலநிலை, மனநிலை, தேக ஆரோக்கியம், சாதக சூழல் உள்ளிட்ட நானாவித சுக சௌகரியங்கள் கூடி வருமானால் பெருங்கொடை. ஆனால் அது எப்போதும் நேராது. எப்போதாவது அமையும். பெரும்பாலும் அப்போது நாம் தயாராக இருக்க மாட்டோம். என்ன செய்ய. இப்படித்தான் ஓடிக்கொண்டிருக்கிறது வாழ்வெனும் ஜீவகூவம்.

இந்த வீட்டோடு மாப்பிள்ளையை நான் எழுதிய காலச் சூழலை எண்ணிப் பார்க்கிறேன். சிரிப்புத்தான் வருகிறது.

மிக மோசமான மனநிலையில், முழு உலகத்தையும் எதிரே நிறுத்தி அறம் பாடிவிடும் உத்தேசத்தில் இருந்த ஒரு சமயத்தில் மனுஷ்யபுத்திரன், உயிர்மைக்கு எழுதச் சொன்னார். அவனே இவனே என்று புலம்பிக்கொண்டிருப்பதற்குப் பதிலாக சிவனே எனக் கிடக்கலாம் என்பார்கள். இது அப்படித்தான். அன்றிருந்த மனநிலையில் நான் என்ன எழுதினாலும் நாலு பேர் வாயில் விழுந்து புரளவேண்டி வந்திருக்கும். அதைத் தவிர்த்திருக்கவே

முடியாது. வம்பே வேண்டாம் என்றுதான் என்னையே கதாபாத்திரமாக வைத்து எழுதினேன்.

புனைவோ, புனைவற்றதோ அல்லாத ஒரு நூதன வினோதப் பிரிவை உருவாக்கி இதற்குப் பெயரிட்டுப் பிரபலப்படுத்த கணப் பொழுது போதும். எனக்கு அதில் விருப்பமில்லை. பச்சையாக இதனை இரண்டுங் கெட்டான் என்று வகைப்படுத்தவே விரும்புகிறேன்.

இதனைத் தன்வரலாற்றுச் சாயலில் எழுதப்பட்ட கதை என்றோ, கதைத்தன்மை மிகுந்த அபுனைவு என்றோ, முற்றிலும் கற்பனையானதொரு வாழ்க்கை வரலாறு என்றோ நீங்கள் எடுத்துக்கொள்வதில் எனக்கு ஆட்சேபணையே கிடையாது. என்னைப் பொறுத்த வரை உண்மைக்கு நெருக்கமாகவும் கற்பனைக்குச் சிறிது இடமளித்தும் இதனை எழுதலாம் என்று முடிவு செய்து ஆரம்பித்தேன். அப்படியே எழுதியும் முடித்தேன்.

பன்னிரண்டு அத்தியாயங்களில் என்ன பெரிய வாழ்வைச் சொல்லிவிடப் போகிறேன்? ஆனால் நான் வாழாத காட்சி எதையும் இதில் விவரிக்கவில்லை

வாசகர்களிடம் நான் கேட்டுக்கொள்வதெல்லாம் ஒன்றைத்தான். இதை வகைப்படுத்த மெனக்கெடாதீர் கள். திறந்த மனத்துடன் படித்து, சிரித்துவிட்டு அடுத்த வேலையைப் பாருங்கள்

இதனைத் தொடராக வெளியிட்ட உயிர்மை ஆசிரியர் மனுஷ்யபுத்திரனுக்கும் சித்திரங்களால் அழகுபடுத்திய கதிரவனுக்கும் என் மனமார்ந்த நன்றி.

அன்புடன்

பாரா

செப்டெம்பர் *18, 2022*

கந்தாயம் ஒன்று

முப்பது வருடங்களாகக் கதை எழுதிக்கொண்டிருக்கிறேன். சாதா கதைகள், சிறந்த கதைகள், சுமாரான கதைகள், சுமாருக்குச் சற்று மேலான கதைகள், மட்ட ரகமான கதைகள், உக்கிரமான, வீரியமான கதைகள், நகைச்சுவைக் கதைகள், கதையே இல்லாத கதைகள் - இவ்வளவு வெரைட்டி எல்லாம் நீங்கள் வேறு யாரிடமும் பார்க்க முடியாது. ஆனால் பிழியப் பிழிய ஒரு சோகக் கதை எழுதத் துப்பில்லாதவனாகத்தான் இவ்வளவு காலமும் இருந்து வந்திருக்கிறேன். ஆனால் பாருங்கள். எக்கால வாசகர் உலகமும் அதைத்தான் ஏங்கி ஏங்கிப் படிக்கிறது. பெருந்துயரம்.

எண்ணிப் பார்த்தால் ஆச்சரியமாக இருக்கிறது. வாழ்க்கை என்னவோ ஓயாமல் பிய்ந்த செருப்பால் அடித்துத் துரத்திக்கொண்டுதான் இருக்கிறது. எல்லா பக்கங்களிலும் முட்ட வரும் மாடுகளுக்கும் பஞ்சம் இருப்பதில்லை; எட்டி உதைக்கும் கழுதைகளுக்கும் குறைவிருப்பதில்லை. இருந்தாலும் எதனாலோ நான் இதுவரை சோகத்தைப் பதம் பார்த்ததில்லை. தவறல்லவா? மகத்தான சரித்திரப் பிழையல்லவா?

உயிர்மையின் இருநூறாவது இதழுக்கு எழுதச் சொல்லி நண்பர் மனுஷ்யபுத்திரன் கேட்டபோது ஸ்திதப்ரக்ஞனாக ஒரு முடிவு செய்துகொண்டேன். என்ன ஆனாலும் சரி. இந்த உலகில் இதுவரை யாருமே எழுதாத அளவுக்கு ஒரு மகாப் பெரிய சோகக் காவியத்தை எழுதி விடுவது. வாசகச் செல்லங்கள் பக்கம் தோறும் கதறித் தீர்க்க வேண்டும். தாம் கதறுவதோடு நிறுத்திக்கொள்ளாமல் தமது நண்பர் களுக்கும் எதிரிகளுக்கும்கூட அந்தக் கண்ணீரைக் கடத்தல் செய்ய வேண்டும். அது ரத்தக் கண்ணீராக இருக்குமானால் ரொம்ப விசேடம். இந்த உலகில் இதுநாள் வரை எழுதப்பட்டதிலேயே ஆகப்பெரிய சோக இலக்கியம் இதுதான் என்று செத்துப் போன க.நா.சு., செல்லப்பா, கைலாசபதி ஆவிகளெல்லாம் வந்து இடது கைப் பெருவிரலில் மை தோய்த்து அழுத்தி உறுதி செய்துவிட்டுப் போகும்படியாக எழுதிவிட முடிவு செய்தேன்.

என்ன பிரச்னை என்றால், தீராத சோகத்தைக் கற்பனை யில் டொபக்கென்று கவ்விப் பிடிக்க முடியாது. கருமம் பிடித்த வாழ்க்கையில் இருந்துதான் அதனைப் பீறாய வேண்டும். அப்படிக் கஷ்டப்பட்டுத் தேடி எடுக்கும் புனித சோகங்களின் கருப்புச் சால்வையைப் போர்த்திக்கொண்டு என் கதைக்குள் உலவுவதற்கு எந்தப் பயலும் முன் வர மாட்டேனென்கிறான். இத்தனைக்கும் நான் கேட்டுப் பார்த்த அத்தனைப் பேரும் எனக்குப் பிராண சிநேகிதர்கள்.

துபாயில் ஒருவர் இருக்கிறார். அவர் பெயர் சுரேஷ் பாபு. என் கதாநாயகனுக்கு அந்தப் பெயர் ரொம்ப சரியாக இருக்கும். நடுவாந்தர நவநாகரிகப் பெயர். ஆனால் பாபு என்கிற பின்னொட்டு நல்ல, காத்திரமான சோகம் தாங்கக்கூடியதுதான். இந்த

துபாய் ரிட்டன் பிரகஸ்பதிகளெல்லாம் மிஞ்சிப் போனால் ஊசிப் போன பேரீச்சைப் பழங்களையும் ஷேக்குகளுக்கும் அவர்தம் தர்ம பத்தினிகளுக்கும் மட்டுமே சௌகரியப்படக்கூடிய வாசனாதி திரவியங்களையும்தான் ஊர் திரும்பும்போது வாங்கி வருவார்கள். முன் சொன்ன சுரேஷ் பாபு, நான் ருசி பார்ப்பதற்காக அங்கிருந்து ஒரு பேரலில் ஒட்டகப் பாலையே பிடித்துக்கொண்டு வந்தவர். அவ்வளவு மித்ர பாசம் கொண்டவர் என்றாலும் இந்தக் குறிப்பிட்ட கதைக்கு உன் பெயரைக் கொடுப்பாயா என்று கேட்டபோது 'ஐயோ முடியாது' என்று உடனே சொல்லிவிட்டார்.

இன்னொரு நண்பர். இவர் அமெரிக்காவில் இருக்கிறார். அவருக்கு அவரது பெற்றோர் வைக்கும்போதே டைனோ என்று புனைபெயராக வைத்துவிட்டதால் சொந்தப் பெயர் ஒன்று கிடையாது. ரொம்ப நெருக்கம். எவ்வளவு நெருக்கம் என்றால், அவரது பூர்வீகம் பாலக்காடு. பூர்வீக மாமியார் இருப்பதோ கோயமுத்தூர். பஞ்சம் பிழைக்கப் பரதேசம் போன சிநேகிதர், தப்பித்தவறி இங்கே ஒரு நடை வந்து போக முடிவு செய்தால், சென்னைக்கு வந்து என்னைப் பார்த்துவிட்டுத்தான் பூர்வீக மாமியாரைப் பார்க்க ஊருக்குப் போவார். அவ்வளவு தங்கம். ஆனாலும் இந்தக் கதையைச் சொல்லி, உங்கள் பெயரைக் கொடுங்கள் என்றபோது தலைக்கு மேலே கும்பிடு போட்டுவிட்டு ஆஃப் லைனுக்குச் சென்றுவிட்டார்.

ஆக, என் திட்டம் வேலை செய்வது திண்ணம். இப்படியொரு அதி பயங்கர சோகக் காவியத்துக்குப் பெயரைக் கொடுக்க, நண்பர்கள்கூடத் தயாராக இல்லை என்றால் வேறென்ன அர்த்தம்?

ஒழிகிறது. யாரும் கேள்வியே கேட்க முடியாத, விமரிசனமே செய்ய முடியாத, எதிர்ப்பே சொல்ல முடியாத ஒருத்தன் பெயரை என் கதாநாயகனுக்கு வைக்கிறேன். அவன் பெயர், பாராகவன். அசப்பில் என் பெயரைப் போலவே தோன்றலாம். கவனித்துப் பாருங்கள். நான் பா. ராகவன். அவன் பாராகவன். சிறிய பாடபேதம் உண்டு.

இந்தப்பாராகவனுக்குமுன்னொருசமயம்எதிர்பாராத விதமாகத் திருமணம் நடந்தபோது, மனைவியுடன் கூட தலா ஒரு நல்ல மாமனாரும் மாமியாரும் கிடைத்தார்கள். மத்திய அரசு உத்தியோகஸ்தர்களும், பி.எஃப்-பென்ஷன்-கிராஜுவிடி செளகரியங்கள் கொண்டவர்களுமான அவர்கள் இருவரும் மேற்படி எந்த சுக செளக்கியங்களுக்கும் வழியில்லாத பாராகவனுக்குப் பெண் கொடுக்க முன் வந்ததற்கு ஒரே காரணம், அவன் அப்போது ஒரு வேலையில் இருந்தான்.

மேற்படி மத்திய அரசு உத்தியோகஸ்தர்களின் அந்தஸ்துக்குப் பாராகவன் பார்த்துக்கொண்டிருந்த வேலை சமானமில்லைதான். அதனாலென்ன? மாப்பிள்ளை ஒரு உத்தியோகத்தில் இருக்கிறார் அல்லவா? அது போதும். காலக்கிரமத்தில் பிரமோஷன்களும் சம்பள உயர்வுகளும் அந்தஸ்து ஜபர்தஸ்துகளும் வந்து சேரும் என்று அவர்கள் நம்பினார்கள். சிலர் இப்படித்தான். தேவையில்லாத அளவுக்கு நல்லவர்களாக இருந்துவிடுகிறார்கள்.

போகட்டும். என்ன காரணத்தாலோ அவர்களுக்குப் பாராகவனைப் பிடித்துவிட்டது. எனவே தங்கள் மகளிடம் அவர்கள் தாம் பார்த்திருக்கும் மாப்பிள்ளையின் அருமை பெருமைகளை எடுத்துச்

சொல்லி மணந்து கொள்ள ஊக்குவித்தார்கள். அந்தப் பெண்ணும், பின்னாளில் பாராகவனின் மனைவி ஆனவளுமான கன்னிகைக்கு ஒரு சந்தேகம்.

'பாராகவன் பத்திரிகை ஆபீஸில் வேலை பார்ப்பவனல்லவா? அப்படியானால் நிறைய டீ குடித்து சிகரெட் பிடிப்பான். சரியாக விசாரித்தீர்களா?' என்று தனது பெற்றோரிடம் கேட்டாள். என்னமோ பத்திரிகைஆபீஸ்உத்தியோகஸ்தர்களால்மட்டும்தான் டாடா டீயும் ஐடிசியும் பிழைத்துக்கொண்டிருப்பது போல.

'சேச்சே. மாப்பிள்ளை சொக்கத் தங்கம். உதடுதான் கருப்பே தவிர உள்ளம் சிறப்பு' என்பது போல ஏதேதோ சொல்லி ஒருவாறு ஒப்புக்கொள்ள வைத்துத் திருமணத்தை நடத்தி முடித்தார்கள். விவகாரமே அதன் பின்னால்தான் ஆரம்பித்தது.

பாராகவனுக்குத் தானொரு முழு நேர எழுத்தாளன் என்று அந்தராத்மாவில் எப்போதும் ஒரு குரல் கேட்டுக்கொண்டே இருக்கும். எந்த உருப்படியான வேலைக்கும் உடம்பு வணங்காதவனின் அந்தராத்மா அப்படித்தான் எதையாவது உளறிக்கொண்டிருக்கும்; அதையெல்லாம் பொருட்படுத்தாதே என்று அவன் வீட்டார் அவ்வப்போது தட்டி வைப்பார்கள். அவன் இருந்த லட்சணத்துக்குப் பத்திரிகை ஆபீஸ் வேலை கிடைத்ததே பிரதம மந்திரி வேலைக்குச் சமம் என்று அந்தத் தரப்பு நினைத்துக்கொண்டிருந்தது. அதனால்தான் அவனுக்குப் பெண் கொடுக்கிறேன் என்று இன்னொரு தரப்பு முன்வந்தபோது சாக்கு மூட்டையில் கோழி அமுக்குவது போல அமுக்கிப் போட்டுத் திருமணத்தை அவசரமாக நடத்தி முடித்திருந்தார்கள். மனைவி என்றொருத்தி

வந்துவிட்டால் பாராகவனின் புத்தி தடம் புரண்டு போகாது; ஒழுங்காக வேலைக்குப் போய் சம்பாதிப்பான், குடும்பத்தை நடத்துவான் என்று அவர்கள் நினைத்தார்கள்.

உட்கார வைத்து ஏகப்பட்ட நல்ல புத்தி சொல்லி, இனிமேலாவது பொறுப்புத் தெரிந்து நடந்துகொள் என்று பலவாறு போதனை செய்து, அவனை இல்லறம் செய்ய அனுப்பி வைத்தார்கள். மனத்தளவில் மாபெரும் எழுத்தாளனும், நோபல், கலைமாமணி, ஞானபீடம் உள்ளிட்ட இலக்கிய விருதுகள் பல பெற்றவனும் (அக்காலத்தில் விஷ்ணு புர விருது பிறந்திருக்கவில்லை) ஒவ்வொரு நாள் கனவிலும் வீதிக்குப் பத்து வீதம் ரசிகைகள் வரப் பெற்றவனுமான பாராகவன், தேநிலவுக்குச் சென்ற இடத்தில் தன் புத்தம் புதிய மனைவியிடம் கேட்டான்:

'அவசியம் நான் வேலைக்குப் போய்த்தான் தீர வேண்டுமா?'

இந்த இடத்தில் இன்னொன்றையும் சொல்லிவிட வேண்டும். ஏனென்றால் இது சோகக் கதை. பின்னாளில் ஒவ்வொரு சொட்டுக் கண்ணீருக்கும் உதவி செய்யக்கூடிய எந்தத் தகவலையும் இப்போது தவிர்ப்பதற்கில்லை.

திருமணத்துக்கு முன்னர் பாராகவனின் மனைவியான வளும் ஒரு வேலைக்குப் போய்க்கொண்டிருந்தாள். வம்படியாக அவளை வேலையை விடச் சொன்னது நமது பாராகவன்தான். இனிய குடும்பச் சித்திரங்களில் காட்டப்படும் பாசமிகு குடும்பத்தை நிகர்த்த தனது வீட்டுக்கு விளக்கேற்ற வருகிற ஆரணங்கு டொண்ட்டிஃபோர் பை செவன் குடும்ப ஆரணங்காகவே இருப்பதுதான் சரி என்று

முன்னதாக ஒரு கெட்ட சக்தி அவனுக்கு போதனை செய்திருந்தது. அந்தக் கெட்ட சக்தியைப் பற்றிப் பிறகு சொல்கிறேன். இப்போது இந்தப் பாயிர விவகாரத்தை முடித்துவிடுவோம்.

'என்னடி குறைச்சல் இந்த மாப்பிள்ளைக்கு? இப்ப வாங்குறது கம்மி சம்பளம்தான். ஆனா எவ்ளோ தன்னம்பிக்கை இருந்தா உன்னை வேலையை விடச் சொல்லுவார்? இப்படி ஒரு மாப்பிள்ளை எங்க தேடினாலும் கிடைக்க மாட்டார் பாத்துக்கோ' என்று முன்னர் குறிப்பிட்ட பாராகவனின் அப்புராணி மத்திய அரசு மாமனாரும் மாமியாரும் அவர்தம் புத்திரியிடம் சொல்லியிருக்கிறார்கள்.

எல்லாம் சதி. திட்டமிட்ட சதி. ஆனால் திட்டமிட்டது ஜீவாத்மாவா பரமாத்மாவா என்பதுதான் தெரியவில்லை. அந்த அப்பாவி ஆரணங்கு இதனால் பார்த்துக்கொண்டிருந்த வேலையை விட்டுவிட்டுத் தான் இல்லறத்தின் முதற்படியான தேநிலவுக்குப் பாராகவனுடன் சென்றிருந்தாள். போன இடத்தில் அந்தப் பரதேசி இவ்வாறு கேட்டு வைத்ததில் அவள் திடுக்கிட்டுப் போனாள்.

'என்ன கேட்ட?'

'இல்லை. நான் வேலைக்குப் போய்த்தான் தீர வேண்டுமா என்று கேட்டேன்.'

இந்த இடத்தில் வேறொரு பெண்ணோ அல்லது நீங்களோ இருந்தால் என்ன பதில் சொல்லியிருக்க முடியும் என்று சில வினாடிகள் யோசிக்கவும். அல்லது பதில் சொல்லியிருக்கத்தான் வேண்டுமா என்றும் யோசிக்கவும். நானாக இருந்தால் தேநிலவுக் காலம் என்றும் பார்க்காமல் விஷம் வைத்துக் கொன்றிருப்பேன் ஆனால் அந்த அணங்கு சொன்னது:

'அப்டி ஒண்ணும் அவசியமில்லை. ஆனா சம்பாதிச்சிடுவ இல்ல? போதும்.'

உத்தியோகமும் சம்பாத்தியமும். நல்லது. இது ஒரு ஒட்டிப் பிறந்த இம்சை. ஒன்றை மட்டும் விட்டுத் தொலைப்பது இயலாத காரியம். ஆனால் மனத்தளவில் பிரபல எழுத்தாளனான பாராகவன் அந்த முதலாவது ஒட்டை மிகவும் வெறுத்தான். அதைத் துறந்தால்தான் தான் நினைப்பதை சாதிக்க முடியும் என்பது அவனது எண்ணம். எனவே முந்தைய வினாவுக்கு பதில் சொல்வதை ஒத்தி வைத்துவிட்டு வேறொரு சிறந்த கருத்தை முன்மொழிந்தான்.

'இல்ல. பேசிக்கலி நான் ஒரு ரைட்டர். வேல பாத்துட்டு எழுத முடியறதில்ல.'

இப்போது அணங்கு கேட்டது. 'இத ஏன் முன்னாடியே சொல்லல?'

இந்த அளவில் கதைக் களத்தைச் சுட்டிக் காட்டுவதை நிறுத்திக்கொண்டு, காவியத்துக்குள் நுழைந்து விடுகிறேன்.

கந்தாயம் இரண்டு

சென்ற கந்தாயத்தில் பாராகவன் தேநிலவுக்குச் சென்றிருந்த சமயம் தனது புத்தம் புதிய மனைவியிடம், நான் வேலையை விட்டு விடட்டுமா என்று கேட்டதைச் சொல்லியிருந்தேன் அல்லவா? அதற்கு அவள் வேண்டாம் என்றோ, சரி என்றோ சொல்லாமல் யோசித்துச் செய் என்று சொன்னாள்.

பொதுவாகப் பாராகவன் தான் எழுதும் கதைகளைத் தவிர வேறு எதையும் யோசிப்பதில்லை. கண்டதை யோசித்துத் தனது அறிவின் கூர்மையை மழுங்கடித்துக்கொள்ளாமல் கதைகளை மட்டும் யோசிப்பதன் மூலம் செயற்கரிய ஒரு சில சாதனைகளைப் புரியலாம் என்பது அவனது ரகசியத் திட்டம். ஆனால் இதை எப்படிப் புத்தம் புதிய மனைவியிடம் சொல்வது? கதைகள் எழுதுவதில் விருப்பம் கொண்டவன் என்கிற ரகசியம் வெளிப்பட்டதுமே அவள் அதிர்ச்சியடைந்ததை அவன் கண்டிருந்தான். எனவே அப்போதைக்கு உடன் பதிலாக ஒன்றும் சொல்லாமல் விஷயத்தைத் தள்ளிப் போட்டான்.

தள்ளிப் போட்ட வேகத்தில் அவனைத் திருத்திப் பணி கொள்வதன் பொருட்டு அவனுக்கு ஒரு பெண் குழந்தை பிறந்தது. அதுவும், பிறந்த வேகத்தில் ஒரு வயதினை எட்டிப் பிடித்துவிடவே, பாராகவனின் மத்திய அரசு மாமனார், முதல் பிறந்த நாள் கொண்டாட்டத்துக்குத் தானே பொறுப்பு என்று அறிவித்தார்.

அது விதியின் சதி அல்லாமல் வேறல்ல. பாராகவனுக்கு அப்போது முதல் முதலில் ஒரு தொலைக்காட்சித் தொடருக்குக் கதை வசனம் எழுத வாய்ப்புக் கிடைத்திருந்தது. அவனது நெடுங்காலத் திட்டமான செயற்கரிய ஒரு சில சாதனைகளில் அதை ஒன்றாக ஆக்கிக் கொள்வதன் பொருட்டு அவன் மிகவும் கடினமாக உழைக்கத் தொடங்கினான்.

இந்தத் தொலைக்காட்சித் தொடர்களுக்கென்று சில கல்யாண குணங்கள் உண்டு. பொதுவாக வீடுகளில் கணவன் மனைவி கதாபாத்திரங்களை ஏற்போர் அவ்வளவாகப் பேசிக்கொள்ள மாட்டார்கள். எப்போதாவது ஒரு குரல் ஒலிக்குமானால் அது மனைவியின் குரலாகவே இருக்கும். ஆனால் தொலைக்காட்சித் தொடர்களில் இரு தரப்பும் பேசியாக வேண்டும். அது போதாதென்று கணவன் தரப்பு உறவினர்கள் நாலைந்து பேர், மனைவி தரப்பு உறவினர்கள் பத்துப் பன்னிரண்டு பேரும் பேச வேண்டும். தவிரவும் அந்த உரையாடல்களைக் கூடுமானவரை யுத்தக் காட்சிகளைப் போல வடிவமைக்க வேண்டும். நிறையப் பேசும் கதைகளில் வடிவ அமைதி குலைந்து விடும் என்பது கமர்ஷியல் எழுத்தாளர்களுக்கும் பொருந்தக்கூடிய விதியே.

பாராகவன் என்ன செய்வான்? தொலைக்காட்சித் தொடரில் இடம் பெறும் பாத்திரங்களுக்கு ஒவ்வொரு

நாலும் இரண்டு டன் எடை கொண்ட வசனங்களை எழுத வேண்டியதானது. அவன் பொறுப்புள்ள கணவனாக மட்டுமல்லாமல், பொறுப்புள்ள தகப்பனாகவும் ஆகியிருந்தபடியால் சம்பாத்தியம் ஓர் இன்றியமையாத அம்சமாகியிருந்தது. ஆனால் ஏனோ இந்த வாழ்க்கையில் இன்றியமையாத அம்சங்களில் கலைத்தரம் கூடியிருப்பதில்லை. இருப்பினும், தனது ஆழ்மனத் திருப்திக்காகப் பாராகவன் ஒரு காரியம் செய்தான். பேசிக்கொண்டே இருக்கும் தொலைக்காட்சித் தொடர் பாத்திரங்களுக்கு இடையே, எதுவும் பேசாமல் - ஆனால் கவன ஈர்ப்பு நிகழ்த்தக்கூடிய வகையில் ஒரு நகைச்சுவைக் கதாபாத்திரத்தைச் சொருகினான். உக்கிரமாக யோசித்து, அந்தக் கதாபாத்திரம் எப்படி நிற்கும், எப்படி நடக்கும், எப்படிச் சிரிக்கும், எம்மாதிரியான ஆடை அணிகலன்களை உடுத்தும், கதையில் எந்த இடத்தில் அப்பாத்திரத்தின் அவசியம் சுட்டிக்காட்டப்படும், அதன் பிறகு அது எவ்வாறு இயங்கும் என்றெல்லாம் ஒரு வரைபடம் தயாரித்து, இயக்குநரிடம் சமர்ப்பித்தான்.

படித்துப் பார்த்த அந்த இயக்குநர் சிறிது நேரம் ஆழ்ந்து யோசித்தார். இறுதியில் 'நன்றாக இருக்கிறது. பேசாமல் நீங்களே நடித்துவிடுங்கள்' என்று சொன்னார்.

இது பாராகவன் முற்றிலும் எதிர்பாராதது. தன்னை ஒரு உலகத்தர எழுத்தாளனாக மட்டுமே எண்ணிப் பழக்கப்பட்டிருந்தவனுக்குச் சட்டென்று ஒரு நடிகனாக மனத்துக்குள்கூட வடிவமைத்துப் பார்க்க முடியவில்லை. எனவே அவன் மிகவும் தயங்கினான். அவன் தயக்கத்தைப் புரிந்துகொண்ட இயக்குநர் நைசாக ஒரு தூண்டில் போட்டார். 'ஒரு கலைஞன்னா எல்லாத்துக்கும் தயாரா இருக்கணும் சார்.'

கலைஞன்! எவ்வளவு இனிமையான சொல்! அவனுக்கு மிகவும் நெகிழ்ச்சியாக இருந்தது. அதுநாள் வரை நூற்றுக் கணக்கான கதைகளை எழுதி முடித்தும் அவனை எந்த இலக்கிய விமரிசகரும் அப்படிச் சொன்னதில்லை. இதற்காகவாவது அந்த அபாரமான கதாபாத்திரத்தைத் தானே ஏற்று நடித்துவிடுவது என்று அவன் முடிவு செய்தான். அலுவலக விடுமுறை நாள்களான சனி மற்றும் ஞாயிற்றுக் கிழமைகளில் மட்டும் அந்தப் பாத்திரம் தொடர்பான காட்சிகளை எடுத்துக்கொள்ளச் சொல்லிக் கேட்டுக்கொண்டான்.

பாராகவனின் முதல் படப்பிடிப்பு அனுபவங்கள் இந்தக் கதைக்குச் சம்பந்தமில்லாதது. நீங்கள் அறிந்துணர வேண்டிய சங்கதி இங்கே ஒன்றுதான். அந்தக்கதாபாத்திரத்துக்காகஇயக்குநர்ஒருகுறிப்பிட்ட ரகச் சட்டைத் துணிகளை (பர்மா பஜாரில் மட்டுமே கிடைக்கக்கூடியது) வாங்கச் சொல்லியிருந்தார். பெரும்பாலும் ஃப்ளோரசண்ட் வண்ணங்கள் கொண்ட துணி அது. ஒரு சட்டையில் ஆகக் குறைந்து ஆறேழு வண்ணங்களாவது அப்பியிருக்கும். எல்லாமே உன் மூஞ்சில என் கைய வெக்க என்னும் பாரம்பரியப் பயன்பாட்டுக் குறிச்சொல்லுக்கு ஏற்பத் தீட்டப்பட்டதாக இருக்கும். தவிர அந்தத் துணியின் பளபளப்பு! ஒரு கவர்ச்சி நடிகைகூட அந்தளவு மினுக்கி, தமிழ் சினிமா கண்டதில்லை. ஆனால் அதைப் போட்டுக்கொண்டுதான் நடிக்க வேண்டும் என்று இயக்குநர் கறாராகச் சொன்னார்.

'நாய் துரத்தும் சார்.'

'ஏன், நானே துரத்துவேன். நடிங்க சார்.'

அது கிடக்கட்டும். இந்த அத்தியாயத்தின் தொடக்கத் தில் பாராகவனின் மத்திய அரசு மாமனார் ஏற்பாடு

செய்திருந்த பிறந்த நாள் விழாவினைக் குறித்து வாசித்தீர்கள் அல்லவா? குறிப்பிட்ட பிறந்த நாள் விழாவானது பாராகவனுக்குப் படப்பிடிப்பு இருந்த ஒரு விடுமுறை தினத்தில் வந்தது.

அவன் அன்று காலையே இயக்குநரிடம் தகவல் சொல்லியிருந்தான். மாலை அவனைச் சிறிது சீக்கிரமாக வீட்டுக்கு அனுப்பிவிட வேண்டும். மகள் பிறந்த நாளைக்குத் தகப்பன் இல்லாதிருப்பது சர்வதேச நீதிமன்றத்திலும் ஒரு குற்றமே ஆகும்.

'நடிக்க வந்துட்டாலே சீக்கிரம் போகணும்னு சொல்ற வியாதி ஒட்டிக்குது இல்ல?' என்று இயக்குநர் கேட்டார். பாராகவனுக்கு அது மிகவும் வேதனை அளித்தது. ஏனெனில் அப்படிச் சீக்கிரம் போகவேண்டும் என்று கேட்கும் நடிக-நடிகைகளை அவன் பலமுறை காதைக் கழுவ வேண்டிய அளவுக்கு மோசமான சொற்களைப் பயன்படுத்தித் திட்டியிருக்கிறான். அதுவும் அந்தக் குறிப்பிட்ட இயக்குநரிடமே.

ஆனால் வேறு வழியில்லை. உலகம் உருண்டை. சரி ஒழிகிறது, ஆறு மணிக்குக் கிளம்பிவிடுங்கள் என்று இயக்குநர் சொன்னார்.

மீண்டும் விதி அன்று வேலை செய்தது. அன்று அவனுக்கான இறுதிக் காட்சியின் இறுதி ஷாட் எத்தனை முயற்சி செய்தும் முடியாமல் இழுத்துக் கொண்டே போனது. பொதுவாக மிட் ஷாட், லாங் ஷாட்களில் பாராகவன் உலகத் தரத்தில் நடித்துவிடக் கூடியவனே. ஆனால் ஒற்றை விரலை உயரத் தூக்கி, 'இங்க பாத்து பேசுங்க சார்' என்று சொல்லிவிட்டு எடுக்கும் க்ளோசப் காட்சிகள் மட்டும் அவனுக்கு வராது. அல்லது மிகவும்

பயங்கரமாக வரும். அன்றைக்கு எடுக்கப்பட்ட அந்தக் கடைசிக் காட்சி, அவனே உருவாக்கிய அக்குறிப்பிட்ட கதாபாத்திரத்தின் மீது நேயர்களுக்கு அனுதாபமும் அன்பும் பொங்கிப் பெருகச் செய்ய வேண்டும். இயக்குநர் அதற்காகத்தான் உயிரைத் தந்துகொண்டிருந்தார். அவர் தந்ததைத்தான் பாராகவன் வாங்கிக்கொண்டிருந்தானே தவிர வேறு பிழை ஏதும் செய்யவில்லை. இருப்பினும் ஆறு மணிக்கு முடிந்திருக்க வேண்டிய அந்தக் காட்சி ஆறே முக்காலுக்குத்தான் ஒரு வழியாக முடிவுக்கு வந்தது.

உடனே கலைஞன் பாராகவன் தனது தந்தை போஸ்டிங்கை நினைவுகூர்ந்து அனைவரிடமும் விடை பெற்றுக்கொண்டு ஓட்டம் பிடித்தான்.

மேக்கப்பைக் கூடக் கலைக்காமல் புறப்பட்டு விட்டது பெரும் பிழை. பதற்றத்தில் அவனுக்கு வியர்த்துக் கொட்டி முகமெல்லாம் கொசகொசவென்றாகிவிட்டது. அதைக் கைக்குட்டையால் திரும்பத் திரும்பத் துடைத்ததில் மூக்கு எரிந்தது. தலை கலைந்து, உடை கசங்கி, உண்மையிலேயே பல நாய்கள் துரத்த அவன் மத்திய அரசு மாமனார் வீட்டுக்குச் சென்று சேர்ந்தபோது மணி ஏழரைக்கு மேல் ஆகிவிட்டிருந்தது. பிறந்த நாள் கொண்டாட்டத்துக்கு வந்திருந்த உறவினர்களும் நண்பர்களும் கிளம்பிவிட்டார்கள். மரியாதை கருதி, பாராகவனின் மாமியார் மட்டும் ஒரு துண்டு கேக்கையும் விருந்துக்குச் சமைத்தவற்றில் ஒரு பகுதியையும் அவனுக்காகத் தனியே எடுத்து வைத்திருந்தார்.

அதில்லை விஷயம். அவசரமாகக் கிளம்பியதில் அவன் படப்பிடிப்புச் சட்டையை மாற்ற மறந்திருந்தான். ஃப்ளோரசண்ட் நீலம், ஃப்ளோரசண்ட் ஆரஞ்சு,

ஃப்ளோரசண்ட் பச்சை நிறத்தில் பெரிய பெரிய பூக்கள் போட்ட அந்தச் சட்டையில் அவனைக் கண்ட மத்திய அரசு மாமனாரும் மாமியாரும் கடோத்கஜனைக் கண்டாற்போல ஆனார்கள். இருப்பினும் மாப்பிள்ளை என்பதால் வேறு வழியின்றி வாங்க என்று வரவேற்றார்கள்.

'ஆபீஸ்லேருந்தா வரிங்க?'

நடிக்கத் தொடங்கியிருப்பதைப் பாராகவன் அதுவரை மத்திய அரசு ஊழியர்களிடம் தெரிவித்திருக்கவில்லை. ஒருவேளை அவனது மனைவி சொல்லியிருக்கலாம் என்று நினைத்தான். அந்த தெய்வத் தாய், அதெல்லாம் தனது பெற்றோருக்குத் தேவையற்ற விவரங்கள் என்று எண்ணி இருட்டடிப்பு செய்திருந்தபடியால் அவனே அந்தத் தகவலைச் சொல்லும்படி ஆகிவிட்டது.

அதிர்ச்சி அடைவார்கள் என்றுதான் அவன் எதிர் பார்த்தான். ஆனால் அப்படி ஏதும் நடக்கவில்லை. சில வருடப் பழக்கத்தில் அவனை அந்த மூத்த பிரஜைகள் நன்றாகத் தெரிந்துகொண்டிருந்தார்கள். சரி என்று உலகம் நினைப்பதைப் பாராகவன் நினைப்பதில்லை. நல்லது என்று உறவுச்சமூகம் சொல்வதைப் பாராகவன் ஏற்பதில்லை. பாராகவனுக்குச் சரி என்றும் நல்லது என்றும் தோன்றுபவை பெரும்பாலும் மத்திய-மாநில அரசு ஊழியர்கள் நிராகரிக்கக்கூடியதாகவே இருந்துவிடுகின்றன.

ஏன் இப்படி இருக்கிங்க என்று அவர்கள் நேரடியாகக் கேட்காவிட்டாலும் நான் ஒரு கலைஞன் என்று அவன் அவ்வப்போது அவர்களுக்கு நினைவு படுத்திக்கொண்டே வந்திருக்கிறான். இதோ நாளை உலகத் தொலைக்காட்சிகளின் வாயிலாக அது மூவுலகுக்கும் தெரிந்துவிடப் போகிறது. நம்பி,

பெண்ணைக் கொடுத்தவர்கள் அதை ஒரு துன்பியல் சம்பவமாகக் கருதுவது எதிர்பார்க்கக் கூடியதுதான்.

பாராகவன்இவ்வாறெல்லாம்எண்ணிக்கொண்டிருந்த போது மத்திய அரசு மாமனார் சொன்னார், 'பரவால்ல. என் மாப்ள சீரியல்ல நடிக்கறாருன்னு ஆபீசுல எல்லார்கிட்டயும் பெருமையா சொல்லிக்குவேன். ஆனா...'

வேலைய மட்டும் விட்றாதிங்க என்பதுதான் அடுத்த வரியாக இருக்கும் என்று நினைத்தான். அவசர அவசரமாக அதற்குத் தக்க பதில் ஒன்றைத் தயாரித்துக்கொண்டான். ஆனால் அவர் அந்த ஆனாலுக்குப் பிறகு வேறொன்றைச் சொன்னார்.

'இந்த மாதிரி சட்டை போட்டுக்கிட்டு குழந்தைகிட்ட போகாதிங்க. பயந்துக்கும்.'

கந்தாயம் மூன்று

உன் எதிரி யாரெனச் சொல்; நீ யாரென நான் சொல்கிறேன் என்று ஒரு பொன்மொழி இருக்கிறது. அநேகமாக ரூமி அதனை இயற்றியிருப்பார். உலகில் வாழும் பெரும்பாலான மனிதர்கள் விஷயத்தில் பொருந்திவிடக் கூடிய அப்பொன்மொழி நமது கதா புருஷன் பாராகவன் விவகாரத்தோடு மட்டும் பொருந்தாது. ஏனெனில் அவனது எதிரிகளில் ஒருவர் அப்போது கொலம்பிய தேசத்தில் இருந்தார். இன்னொருவர் துருக்கியிலும் வேறொருவர் ஜப்பானிலும் இருந்தார். தனது தரத்துக்குத் தமிழ் நாட்டு இலக்கியவாதிகளில் சிலரைத் தேர்ந்தெடுத்து எதிரிகளாக அமைத்துக்கொள்வது தகாது என்று தொடக்கம் முதலே அவன் தெளிவாக இருந்தபடியால் நண்பர்களாகக் கூட அவர்களில் ஒருவரையும் அவன் அங்கீகரித்தானில்லை. அவனே நேரில் கண்டு பழகியிராத அவனது இலக்கிய எதிரிகளைக் கொண்டு அவனை எப்படி மதிப்பிட முடியும்? முயற்சி செய்தால் படு தோல்விதான். சந்தேகமில்லை.

இருப்பினும், பெண்கள் என்றால் நிலைப் பேழையில் நான்கடுக்குகளுக்காவது பிதுங்கப் பிதுங்க உடுப்புகள் இருக்க வேண்டும் என்பது போல, எழுத்தாளன் என்றால் நான்கைந்து எதிரிகளாவது அவசியம் என்று பெரியவர்கள் வகுத்திருக்கிறார்கள். அதன் அடிப்படையில்தான் பாராகவன் தனது எதிரிகளை வேறு வேறு தேசங்களில் செயற்கைக் கோள்களைப் போல நிறுவி வைத்திருந்தான். எதிரிகள் நெருங்க இயலாத தொலைவில் தன்னை நிலை நிறுத்திக் கொள்வதும் சுத்த யுத்த இலக்கணத்தில் ஓர் அங்கமே ஆகும்.

பிரச்னை என்னவெனில், எத்தனை தொலைவில் வசித்தாலும் எதிரிகள் அவ்வப்போது தாங்கள் எதிரிகள்தாம் என்பதைக் காட்டிவிடுவார்கள்.

பாராகவன் ஒரு முழு நேர எழுத்தாளன் ஆவதற்கான தீவிர முஸ்தீபுகளில் இருந்தபோது, அவனது கொலம்பிய எதிரி குறித்த ஒரு கட்டுரையைத் தற்செயலாகப் படிக்க நேர்ந்தது. அவனும் பாராகவனைப் போலவே ஒரு பத்திரிகையாளன்தான். ஆனால் உள்ளுக்குள் ஒரு பெரும் கலைஞன் உலவிக்கொண்டிருந்திருக்கிறான். ஈரேழு உலகங்களையும் திகைத்து, திக் பிரமை கொள்ளச் செய்யும்படியானதொரு கரு அவனுக்குள் உருத் திரண்டுகொண்டிருந்திருக்கிறது. அது ஒரு முழுமையை எட்டிக் கவ்விக்கொண்டபோது, தான் பார்த்துக்கொண்டிருந்த வேலையை விட்டான். அதை மட்டும்தான் விட்டானா, அதோடு விட்டானா என்றால் இல்லை.

மனைவியைக் கூப்பிட்டு, 'மூத்திரத்தினும் மோசமாக ஒரு நாவல் முட்டிக்கொண்டு வந்துவிட்டது. இதை

எழுதி முடிக்கும் வரை நமது ரேஷன் கார்டுக்கு நீயே குடும்பத் தலைவனாகவும் தலைவியாகவும் இருந்துவிடு' என்று சொல்லிவிட்டுத் தனது அறைக்குள் சென்று கதவைத் தாழிட்டுக் கொண்டான்.

அந்தப் பத்தினி தெய்வம், 'உடம்புக்கு ஏதாவது முடியவில்லையா?' என்றுகூடக் கேட்கவில்லை. கையிருப்பு கரையும் வரை சமைத்துப் போட்டுக்கொண்டு இருந்திருக்கிறாள். பிறகு வீட்டு உபயோகப் பொருள் ஒவ்வொன்றையாக விற்றுக் குடும்பத்தை நடத்தியிருக்கிறாள். ஒரு நாள் தனது முகப் பொலிவு சாதனங்கள் அடங்கிய அலங்காரப் பெட்டியை வந்த விலைக்கு விற்று, புருஷனுக்கு சிகரெட் பாக்கெட்டுகள் வாங்கிக் கொடுத்தாள் என்ற செய்தியைப் படித்தபோது பாராகவன் கதறி அழத் தொடங்கினான்.

அந்தக் கொலம்பிய ராஸ்கல் படைத்தது என்ன பெரிய இலக்கியம்? இதுவல்லவா இலக்கியம்? இவள் அல்லவா காவிய நாயகி? உலக சரித்திரத்தில் எங்கு தேடினாலும் இப்படி ஒரு மனையாட்டி யாருக்கும் இருந்திருக்க மாட்டாள் என்று அவனுக்கு நிச்சயமாகத் தோன்றியது. தனது இலக்கிய எதிரியின் மனைவியே என்றாலும் அவளையே குல தெய்வமாகக் கருதி வழி படலாம் என்று நினைக்குமளவுக்குப் பாராகவன் அன்று உணர்ச்சி வயப்பட்டிருந்தான்.

இந்தத் தகவலை எப்படித் தன் மனைவிக்கும் அவளது மத்திய அரசு பெற்றோருக்கும் சொல்லிப் புரிய வைப்பது என்று தீவிரமாக யோசித்துக்கொண்டிருந்த சமயத்தில் அவனுக்கு இன்னொரு எழுத்தாளனின் மனைவியைக் குறித்த வேறொரு அதிர்ச்சித் தகவல் கிடைத்தது. இந்த எழுத்தாளன், லாட்விய தேசத்தைச்

சேர்ந்தவன். பாராகவன் அவனது பெயரைக்கூட அதற்கு முன்னால் கேள்விப்பட்டதில்லை. லாட்வியாவில் இருந்து ஸ்வீடனுக்கு இடம் பெயர்ந்து சென்று வசித்துக்கொண்டு, வருடத்துக்கு ஒரு சிறுகதை மட்டும் எழுதி வெளியிடுகிற எழுத்தாளர் என்று யாரோ சொன்னார்கள்.

சிறுகதை கிடக்கட்டும், கழுதை. அதுவா முக்கியம்? மேற்படி லாட்விய எழுத்தாளனின் மனைவியாகப்பட்டவள், ஒரு பணக்கார ஜமீந்தாரின் குமாரத்தி. கஜகஸ்தானிலோ, எங்கோ அவளது தகப்பனாருக்கு விவசாய வயல்களோடுகூட, சிறிது எண்ணெய் வயல்களும் உண்டு. நல்ல, சௌக்கியமாக இன்னொரு ஜமீந்தார் குமாரனைக் கல்யாணம் செய்துகொண்டு லாட்வியாவிலோ, கஜகஸ்தானிலோ அவள் நீடித்த சுக வாழ்வு வாழ்ந்திருக்கலாம். விதி என்று ஒரு சாராரும் கலா ரசிக மனத்தின் கோமாளித்தனம் என்று மறு சாராரும் எப்போதும் சொல்வது வழக்கம். வருடத்துக்கு ஒரு சிறுகதை மட்டும் எழுதும் விரதம் கொண்ட மேற்படி லாட்விய எழுத்தாளனை அவள் காதலித்துத் தொலைத்துவிட்டாள்.

விளைவு, ஊரில் இருந்த உறவுகள், நிலபுலன்கள், சொத்து சுகம் அனைத்தையும் அநாதையாக விட்டுவிட்டு, காதல் கணவனுடன் ஸ்வீடனுக்குக் குடி பெயர்ந்து சென்றாள். குடியுரிமைக்கு மட்டும் புருஷன்காரன் எப்படியோ ஏற்பாடு செய்திருந்தான். போன இடத்தில் குடித்தனம் நடத்த ஆகும் செலவுக்கு என்ன செய்ய? அந்த லாட்விய இளவரசி சிறிய அளவில் பூச்செண்டு மற்றும் பூப்பொதி விற்கும் கடை ஒன்றை வீட்டு வாசலில் திறந்து வைத்துக் கொண்டாள். அழகழகான மலர் அலங்காரங்கள்.

வண்ண மயமான வாழ்த்துச் சின்னங்கள். கிடைத்த வருமானத்தில் கட்டு செட்டாகக் குடும்பம் நடத்தி, புருஷன் வருடம் ஒரு சிறுகதை எழுதும் பணி தங்கு தடை இன்றி நடக்கப் பேருதவி செய்திருக்கிறாள். ஆயிரமாயிரம் சூரிய வம்சம் தேவயானிகள் முயன்றாலும் முடியாத அருந்தியாகமல்லவா இது. இதைக் காட்டிலும் இலக்கியம் பெரிதாக இருந்துவிட முடியாது.

ஆனால் உள்ள அவலங்களுக்கிடையே ஒரு நல்ல அம்சம் என்னவென்றால், இத்தகைய தியாகங்கள் எதையும் சரித்திரம் வீணாக விடுவதில்லை. முன் சொன்ன பாராகவனின் கொலம்பிய எதிரி அப்படி அறைக்குள் அடைந்து கிடந்து எழுதிய கதைக்கு நோபல் பரிசே கொடுத்தார்கள். இந்த லாட்விய வந்தேறியோ என்றால், ஒரு சிறுகதைக்குப் பெறுகிற சன்மானத்தில்ஐந்தாண்டுகள்உட்கார்ந்துசாப்பிடலாம் என்னும் அளவுக்குக் கொழிக்கத் தொடங்கிவிட்டான். தவிரவும் இங்கொன்றும் அங்கொன்றுமாக இலக்கிய விருதுகள், அங்கீகாரங்கள். வருடத்தில் பாதி நாள் வருகை தரு ஆசிரியராக உலகமெங்கும் சுற்றி, பல பல்கலைக் கழகங்களில் வகுப்பெடுத்தும் சம்பாதிக்கிறான். ஜமீந்தார் மகள் இப்போது பூப்பொதி செய்து சம்பாதிப்பதில்லை. காதல் கணவனுடன் வையமெங்கும் வலம் வந்துகொண்டிருக்கிறாள்.

இருக்கட்டும். கார்ல் மார்க்ஸுக்கு ஒருத்தி கிடைத் தாள். தஸ்தயேவ்ஸ்கிக்கு அப்படி ஒருத்தி கிடைத்தாள். ஓரானுக்கு ஒருத்தியும் முரகாமிக்கு ஒருத்தியும் கிடைத்து, அவர்களுக்கு முன்னால் உலக சரித்திரத்தில் உருப்படியாக ஓரிடம் பெற்றே விட்டார்கள். காரியம் யாவிலும் கைகொடுத்த காரிகைகள்.

அன்பே, நீ ஏன் சரித்திரத்தில் மிச்சமிருக்கும் சந்து பொந்துகளை நிரப்பக்கூடாது?

பாராகவன் இந்த விலை மதிப்பற்ற வினாவைத் தனது பழைய மனைவியிடம் மனம் துணிந்து வெளிப் படையாகக் கேட்பதற்குப் பதினைந்து வருடங்கள் ஆயின. இடைப்பட்ட காலத்தில் அவன் ஒரு நல்ல குடும்பத் தலைவன் ஆவதற்குப் பலமுறை முயற்சி செய்து மோசமான முறையில் தோல்வியுற்றிருந்தான்.

அவனுக்குச் சட்டையில் சொட்டிக் கொள்ளாமல் சாப்பிடத் தெரியாது. கறிகாய்க் கடையில் சொத்தை இல்லாமல் காய்கறிகளைத் தேடி எடுக்கத் தெரியாது. மனைவி, மகளின் பிறந்த தினங்களை நினைவில் வைத்துக்கொண்டு இன்ப அதிர்ச்சிகள் தரத் தெரியாது. தனது இருப்பிடத்தைக் கூட சுத்தமாக வைத்துக்கொள்ளத் தெரியாது. கணக்கு வழக்குகள் வராது. பேச்சு சாமர்த்தியம் கிடையாது. பெரிய மனிதர்களின் தொடர்புகள் நிறைய உண்டென்றாலும் அவற்றைப் பயன்படுத்தி, வாழ்வில் அடுத்தக் கட்டத்துக்கு முன்னேற வக்கற்றவன். கார் ஓட்டத் தெரியாது. மனைவி ஆசைப்படும் இடங்களுக்கு அழைத்துச் செல்ல எப்போதும் அவனுக்கு நேரம் இருப்பதில்லை. திரைப்படங்களுக்குச் செல்வ தில்லை. பொழுதுபோக்கு என்ற ஒன்று இல்லை. ஓய்வில்லை. உறக்கமும் இல்லை. எப்போதும் சிந்தனை வயப்பட்டுப் பட்டு, முகமே நிரந்தரமாக மலச் சிக்கல்காரன் முகம் போலாகிவிட்டது.

'என்னிக்குத்தான் நீ எனக்குப் பிடிச்ச புருஷனா மாறுவ?' என்று அவனது மனைவி மனம் நொந்து போய்க் கேட்டாள். இந்தத் தருணத்தைத் தவற விட வேண்டாம் என்று அவனுக்குள் ஒரு குரல் ஒலித்தது. உடனே விழிப்படைந்தான். பரபரவென யோசித்து,

சொற்களைச் சரியான அளவில் தேர்ந்தெடுத்துக் கோத்துக்கொண்டு அவளது அசகாய வினாவுக்கு பதில் சொல்ல ஆயத்தமானான்.

'லட்சியம் ஒரு பக்கம். உத்தியோகம் ஒரு பக்கம். இந்த ரெண்டும் ஒண்ணு சேர வாய்ப்பில்லை. துணிஞ்சி வேலைய விட்டேன்னா அஞ்சே வருஷத்துல நாம ஆசைப்பட்ட எல்லாம் நடக்கும்.'

'அப்படியா?' என்றது அன்பின் திருவுருவம்.

அந்த அப்படியாவில் நூல் பிடித்து அவன் சேகரித்து வைத்திருந்த பல்வேறு பிரபல எழுத்தாளர்களின் மனைவிகள் பற்றிய உண்மைத் தகவல்களை நம்பும் விதத்தில் எடுத்துச் சொன்னான். குறிப்பாக அவனது இலக்கிய எதிரியான கொலம்பிய எழுத்தாளரின் மனைவியைப் பற்றி மிகவும் விரிவாகவே எடுத்துரைத்தான்.

'பாரு. நம்பிக்கைன்றது ஒரு சொல் இல்ல. அது ஒரு விசை. என் மேல நீ வெக்கற நம்பிக்கைதான் என்னை செலுத்தப் போற விசை. என் மனசுல இருக்கற நாவலை மட்டும் நான் நினைக்கற விதத்துல எழுதி முடிச்சேன்னா உலகமே என்னைத் திரும்பிப் பாக்கும்.'

'நிஜமாவா?'

'சத்தியம்.'

'உன்னை நம்பாம வேற யாரை நான் நம்புவேன்?' என்றாள் தேவதைகளின் அரசி.

'அப்படின்னா நான் வேலைய விட்டுடலாமா?'

'விட்டுட்டு?'

'நாவல் எழுதுவேன்.'

'எழுதினா ஸ்டிரெய்ட்டா நோபல்.'

'ரொம்ப சரி.'

அவள் தீவிரமாக யோசித்தாள். தனது காலம் கனிந்து வருவதைப் பாராகவன் ஞான திருஷ்டியில் கண்டான். அவனுக்கு மேனி சிலிர்த்தது. சிரமப்பட்டு உணர்ச்சிகளை அடக்கிக்கொண்டு தனது பதினைந்தாண்டு காலப் பழைய மனைவியின் ஒரு சொல்லுக்காகக் காத்திருந்தான்.

அவளும் எவ்வளவு காலம்தான் இந்தப் பிரச்னையைத் தள்ளிப் போட்டுக்கொண்டே வருவாள்? அன்று அதற்கு ஒரு முடிவு சொல்லிவிட முடிவு செய்தாள்.

'அவசரமில்ல. நீ டயம் எடுத்துக்கிட்டு நிதானமா யோசிச்சிக்கூட சொல்லலாம்' என்று பாராகவன் எடுத்துக் கொடுத்தான்.

'நிறைய யோசிச்சிட்டேன். இப்ப சொல்லிடவா?'

'காத்திருக்கேன்.'

'உன் இஷ்டப்படி வேலைய விட்டுட்டு நாவல் எழுது. குடும்பத்த நான் பாத்துக்கறேன்.'

'நிஜமாவா?'

'ஆனா ஒரு கண்டிஷன். நீ எழுதப் போற கதைய எனக்கு சொல்லு. அது எனக்குப் பிடிச்சிருந்தா பர்மிஷன் க்ராண்டட். இல்லென்னா ஒழுங்கா ஆபீசுக்குப் போகணும். சம்மதமா?' என்று கேட்டாள்.

கொலம்பியாக்காரர்களும் லாட்வியாக்காரர்களும் இலக்கிய வானில் சுடர் விட்டுப் பிரகாசிப்பதற்கும், தமிழன் இல்லறமென்னும் நல்லறம் வளர்த்து ரிடையர் ஆவதற்குமான ஆதாரக் காரணம் என்னவென்று அன்று அவனுக்குப் புரிந்தது.

கந்தாயம் நான்கு

தன் முயற்சியில் சற்றும் மனம் தளராத பாராகவன் பன்னெடுங்காலம் போராடி, இறுதியில் தனது லட்சியத்தில் வெற்றி கண்டது தனியொரு சுய முன்னேற்ற நூலுக்கான உள்ளடக்கம். இந்தக் கதைக்கு அது அவ்வளவு அவசியமில்லை என்பதால் இதுவரை சொன்ன ஒன்றிரண்டு துயர சம்பவக் குறிப்புகளுடன் நிறுத்திக்கொண்டு, அவன் முழு நேர எழுத்தாளன் ஆகிவிட்ட தருணத்தைப் பின் தொடர்வோம்.

அது நடந்தது கிபி 2012ம் ஆண்டு ஆகஸ்டு மாதம் முப்பதாம் தேதி. அதாவது மேற்படி முயற்சியில் மிகச் சரியாகப் பதினைந்து ஆண்டுக் காலம் ஈடுபட்டு நிறைய விழுப்புண்கள் சம்பாதித்துக் கொண்ட பின்பே அந்தப் பொன்னொளிர் வெற்றிக் கனி அவன் கரங்களில் தவழ்ந்தது.

அன்று விடிந்தபோதே அவன் மிதக்கத் தொடங்கியிருந்தான். பரபரவென எழுந்தோடிச் சென்று குளிக்க வேண்டாம். அள்ளி அடைத்துக்கொண்டு அலுவலகம் கிளம்ப வேண்டாம். நாளெல்லாம் நாராச நர,

நாரீமணிகளோடு மல்லுக் கட்ட வேண்டாம். ஊர்க் கவலையெல்லாம் தன் கவலையாகத் தூக்கித் தோளில் போட்டுக்கொண்டு திரிய வேண்டாம். அனைத்துக்கும் மேலாக, யாருக்கும் இனி பதில் சொல்ல அவசியமில்லை என்பதுதான் எவ்வளவு பெரிய கன பார நீங்கல்!

இவ்வாறு எண்ணியபடியே அவன் நிதானமாகப் படுக்கையை விட்டு எழுந்து பல் துலக்கிக் கொண்டிருந்தபோது அழைப்பு மணி ஒலித்தது. அவனது மனைவிதான் கதவைத் திறந்தாள் என்றபோதும் வாய் நிறைய நுரையும் பிரஷ்ஷுமாக அவனும் தலையை நீட்டிப் பார்த்தது விதியின் செயல். காய்கறி, கீரைகள், பழங்கள் விற்கும் பெண்மணி நின்றிருந்தாள்.

நியாயமாகக் காய்கறி வியாபாரத்தைத்தான் அந்தப் பெண்மணி தொடங்கியிருக்க வேண்டும். ஆனால், 'என்னம்மா உங்கூட்டுக்கார் இன்னிக்கி ஆப்பீசுக்குப் போவலியா?' என்று ஆரம்பித்தாள். முன்னதாக, பாராகவன் வீட்டு அழைப்பு மணியை அழுத்தியது போலவே அவள் நாற்திசை அபார்ட்மெண்ட்வாசிகள் வீட்டு அழைப்பு மணிகளையும் அழுத்தியிருந்ததால், தளத்தில் வசித்து வந்த அனைத்து குடும்ப இஸ்திரிகளும் ஏக காலத்தில் வெளியே வந்து எட்டிப் பார்த்தார்கள்.

இப்போது நமது துரைசானி பதில் சொல்லியாக வேண்டிய கட்டாயம். வாசற்படியில் நின்றபடி அவள் உள்ளே திரும்பிப் பார்த்தாள். நுரை வழியும் துரையானவன் சட்டென்று தனது முகத்தை உள்ளே இழுத்துக்கொண்டான்.

'சாரு லீவு போட்டிருக்காராம்மா? ரெண்டு பேரும் வெளிய போறிங்களா?'

வீர வல்லாள வம்சத்தில் வந்த அக்காய்கறிக் காரிகையின் அடுத்த ஆயுதப் பிரயோகம் மேலும் அபாயகரமானதாக விளங்கியது. தக்காளியைத் தராசில் இட்டு நிறுத்தபடியே அவள் அதைக் கேட்ட மாத்திரத்தில், கதவிலக்கம் எட்டின் குடியுரிமைதாரர்களான அறுபது வயதைக் கடந்த தம்பதியினர், 'நீ வேற. அதுவே பாவம் தெரியுமா? வெட்டிங் டேக்குக் கூட ரைட்டர் சார் எங்கயுமே கூட்டிக்கிட்டுப் போகல. அவர் எப்பவுமே பிசி' என்று திருவாய் மலர்ந்தார்கள்.

பாராகவனுக்கு வயிற்றை என்னவோ செய்வது போல இருந்தது. அது தினமும் காலை வேளைகளில் உண்டாகும் உபாதைதான் என்று எடுத்துக்கொள்ள முடியவில்லை. ஏனெனில், அன்று அந்தக் காய்கறிக்காரப் பெண்மணி அந்த அடுக்குமாடி வளாகத்தில் நின்று வியாபாரம் செய்துகொண்டிருந்த நேரம் முழுதும் அவனும் அவனது மனைவியும்தான் பேசு பொருளாக இருந்தார்கள். பாராகவனும் அவனது இடைவெளியற்ற எழுத்துப் பணிகளும். பாராகவனும் அவனது புருஷ லட்சண உத்தியோகமும். அவனால் வீட்டைக் கவனிக்க முடிவதில்லை. அவன் எப்போதும் கற்பனை உலகில் சஞ்சரித்துக்கொண்டே இருக்கிறான். பாவம் இந்தப் பெண். வீட்டையும் பார்த்துக்கொண்டு, பொறுப்பற்ற புருஷனையும் கவனித்துக்கொண்டு, சிறு குழந்தையையும் தானே தன் சொந்தத்துக்குக் கஷ்டப் பட்டு வளர்த்துக்கொண்டிருக்கிறாள். அவளுக்குத் தன்னைக் கவனித்துக்கொள்ளப் பெரும்பாலும் நேரம் இருப்பதில்லை. நாலு எட்டு வைத்தால்

அவளது அம்மா வீடு வந்துவிடும். ஆனால் அவள் தனது அம்மா வீட்டுக்குப் போய் நாங்கள் பார்த்ததே கிடையாது தெரியுமா?

கதவிலக்கம் எட்டில் வசிக்கும் குடியுரிமைதாரி களுக்குப் பாராகவனின் மனைவியுடன் நிரம்ப சிநேகிதம். அவ்வப்போது கிண்டும் மோர்க் களி, பயத்தங் கஞ்சிப் பரிமாற்றங்களில் இரு தரப்பு நல்லுறவும் தெற்காசிய நாடுகளின் கூட்டமைப்பு உறவினும் தலை சிறந்ததாக உருவாகி இருந்தது. தனக்கு ஆதரவாகப் பேசும் யாரைத்தான் பெண்கள் விரும்ப மாட்டார்கள்? எனவே, கதவிலக்கம் எட்டில் வசிக்கும் குடியுரிமைதாரிகளை, மத்திய அரசுப் பெற்றோரின் இறுதி மகளும் தற்சமயம் வேலையை விட்டுவிட்டு வெட்டி ஆபீசராகியிருக்கும் பிரபல எழுத்தாளன் பாராகவனின் ஒரே மனைவியுமானவளுக்கும் நிரம்பப் பிடிக்கும்.

எப்படியும் இன்றைக்குத் தான் வறுபடப் போவது நிச்சயம் என்பது பாராகவனுக்குத் தெரிந்துவிட்டது. குளித்து முழுகி, பய பக்தியுடன் ஒரு பூஜையைச் செய்துவிட்டுத் தனது முழுநேர இலக்கிய சேவையை மங்களகரமாக அன்றே தொடங்கிவிடலாம் என்று நினைத்திருந்தவனுக்கு வேறொரு யோசனை தோன்றியது. யுத்தத்தில் வெல்வதற்கு ஆயுதங்கள் சரியாக இருப்பது முக்கியம். இருளில், இலக்கற்ற நெடுந்தொலைவைக் கடக்க வேண்டுமென்றால் கையில் ஒரு விளக்கு இருப்பது முக்கியம். மறுவேளை உணவில் சிக்கல் எழாதிருப்பதற்கு மனைவியின் மன மகிழ்ச்சியைப் பேண வேண்டியது முக்கியம்.

எனவே, காய்கறிக்காண்டம் முடிந்து உள்ளே வந்தவளி டம் இயல்பாகக் கேட்பது போலக் கேட்டான்,

'இன்னிக்கு எக்ஸ்பிரஸ் மால் போகலாமா? சும்மா சுத்திட்டு, அப்படியே அங்க சாப்ட்டு வரலாம்.'

பத்தினி தெய்வம் கணப் பொழுது உற்றுப் பார்த்தது. முறைத்ததா என்று பாராகவனுக்கு சரியாகத் தெரியவில்லை. உடனே நகர்ந்துவிட்டது. ஆனால் அடுக்களைக்குப் போன பின்பு ஒரு சொல் வந்து விழுந்தது. 'இத காய் வாங்கமுன்ன சொல்லியிருக்கணும்.'

அன்றெல்லாம் பாராகவன் தனது எழுதும் அறையை சுத்தம் செய்வதிலும், புத்தகங்களை தூசு தட்டி வைப்பதிலும் செலவிட்டான். அவனது இஸ்தான்புல் எதிரி ஓரான் பாமுக், புத்தகங்களைப் பராமரிப்பதற்காகவே ஓர் உதவிப் பெண்ணை வேலைக்கு வைத்திருப்பதாக அவரைக் குறித்த கட்டுரை ஒன்றில் படித்திருந்தான். ஓர் எழுத்தாளன் தனக்கென ஓர் உதவியாளர்; அதுவும் ஒரு பெண்ணை வேலைக்கு வைத்துக்கொள்ளும் அளவுக்கு சர்வாதிகார தேசங்களில் சௌக்கியம் தழைத்துக் கொண்டிருக்கிறது. பாழாய்ப் போன ஜனநாயகம் ஆதி முதல் இருந்து வந்தும் பாராகவனுக்கு இத்தேசத்தில் இதுவரை என்ன கிடைத்திருக்கிறது?

பதினொரு மணிக்குத் துணி துவைக்கவும் பாத்திரம் துலக்கவும் வந்த தனது பிரத்தியேக உதவியாளப் பெண்மணிக்குக் காப்பி கலக்கும்போது பாராகவனின் மனைவி அவனைப் பார்த்து, 'காப்பி வேணுமா?' என்று கேட்டாள். அவன் பதில் சொல்வதற்கு முன்னால் அந்தப் பெண்மணி, 'ஐயா ஆப்பீஸ் போலியா?' என்று கேட்டு வைத்தாள். அவன் அவசரமாக, 'காப்பி வேண்டாம்' என்று சொல்லிவிட்டு அறைக் கதவை மூடிக்கொண்டான்.

மாலை ஐந்து மணி வரை புத்தக அடுக்குகளை சுத்தம் செய்து களைத்துப் போய் அறையை விட்டு அவன் வெளியே வந்தபோது வீட்டில் அவனது மனைவி இல்லை. வாசல் கதவைத் திறந்தபோது கதவிலக்கம் எட்டில் அவளது குரல் கேட்டது. தனது விஷயத்தை அவள் அங்கே சொல்லியிருப்பாள் என்று பாராகவன் நினைத்தான். அது குறித்தோ, அல்லது வேறெது குறித்துமோ விசாரிக்காதிருப்பதே நல்லது என்றும் உடனே நினைத்துக்கொண்டான். அமைதியாகக் கதவை மூடிக்கொண்டு, செருப்பைப் போட்டுக்கொண்டு படியிறங்கிக் கீழே வந்தான்.

அப்போது அவன் கோடம்பாக்கம் சாமியார் மடம் பகுதியில் குடியிருந்தான். இசையமைப்பாளர் ஏ.ஆர். ரகுமான் வீட்டில் இருந்து இருபதடி தொலைவில்தான் அவன் குடியிருந்த அடுக்கு மாடி வளாகம் இருந்தது. ஒரே வீதியில் இரண்டு கலைஞர்கள் என்று எப்போதாவது அவன் ரகசியமாக நினைத்துப் பார்த்து சந்தோஷப்பட்டுக்கொள்வது வழக்கம். அன்றைக்கு ரகுமான் வீட்டைப் பார்த்தபோது சட்டென்று அவனுக்கு அபாரமான யோசனை ஒன்று உதித்தது. ரகுமானும் ஆபீஸ் போவதில்லை. வீட்டு புருஷனாகவேதான் என்றும் இருக்கிறார். சமைந்த பெண்ணினும் மோசமாக, தனது அறையை விட்டுக்கூட வெளியே வருவதே இல்லை. ஆனால், உலகெங்கிலும் இருந்து எவ்வளவோ பெரிய பெரிய இசைக் கலைஞர்களும் இயக்குநர்களும் தயாரிப்பாளர்களும் அவரைத் தேடி அவர் வீட்டுக்கு வருகிறார்கள். இதே காய்கறிக்காரக் காரிகைதான் ரகுமான் வீட்டுக்கும் கத்திரிக்காய் நிறுத்துக் கொடுக்கிறாள். 'உங்கூட்டுக்கார் ஆப்பீஸ் போலியாம்மா?' என்று என்றாவது ரகுமான் மனைவியிடம் கேட்டிருப்பாளா?

பிரியே, இன்னும் சிறிது காலம் அமைதி காத்திரு. இந்த சாமியார் மடம் இன்னொரு முறை உலகப் புகழ் பெறும். அன்றைக்கு எட்டாம் இலக்கக் குடியிருப்புதாரிகளுக்குச் சொல்வதற்கு உன்னிடம் வண்ணமயமான நூறாயிரம் சொற்கள் சேர்ந்திருக்கும்.

இவ்வாறு எண்ணியதும் அவன் இழந்த புத்துணர்ச்சியைத் திரும்பப் பெற்றான். ஆர்டீ காவல் நிலையத்துக்கு அடுத்திருந்த தேநீர்க் கடையில் ஒரு காப்பியைக் குடித்துவிட்டு மீண்டும் படியேறி வீட்டை நோக்கிச் சென்றபோது அதே குறிப்பிட்ட எட்டாம் இலக்கத்து வசிப்பிடதாரி வழி மறித்தார்.

'ஹெஹ்ஹெஹ்ஹெ.'

'சொல்லுங்க அங்கிள்.'

'நாளைக்கு ஆபீஸ் போறப்ப சொல்லுங்க. நான் உங்களோட கூட வரேன்.'

பகீரென்று ஆகிவிட்டது பாராகவனுக்கு. பொத்தாம் பொதுவாக, 'என்ன அங்கிள்?' என்று சரியாகக் காதில் விழாத பாவனையில் மீண்டும் கேட்டான்.

'ஆழ்வார்பேட்டை சாம்கோ ஓட்டல் பக்கம்தானே உங்க ஆபீஸ்?'

'ஆமா?'

'அங்க ஒரு வேலை. நாளைக்குப் போகணும். நீங்க போறப்ப சொன்னிங்கன்னா உங்க கூடவே உங்க டூ வீலர்ல வந்திடுவேன்.'

பாராகவனுக்கு அந்தக் கணம் தன் மனைவியைக் குறித்த கவலையே பெருங்கவலையாகிப் போனது. என்ன பெண் இவள்? எப்பேர்ப்பட்ட அக்கப்போர் விவகாரங்களையும் யாரிடமும்

பகிர்ந்துகொள்ளாத குணம் ஒரு பெண்ணுக்குரியது அல்லவே? திருமணமாகிப் பதினைந்தாண்டுக் காலம் ஆகிவிட்டது. அதுவரை அவனைக் குறித்த பெட்டிச் செய்தி எது ஒன்றையும் அவள் தனது பிறந்த வீட்டாரிடம்கூடச் சொன்னதில்லை. மொத்த வாழ்வையே தலைகீழாகப் புரட்டிப் போடக்கூடிய தகவல் என்று பாராகவன் கருதிப் பகிர்ந்துகொண்டவற்றை எல்லாம் அவள் காதில் வாங்கிக் கொண்டதாகக் கூடக் காட்டிக் கொண்டதில்லை. ஒருவேளை, அவன் வேலையை விட்டுவிட்டதைக் கூட அவனது புனைவுகளுள் ஒன்றாக நினைத்திருப்பாளோ?

அங்கிள் என்ற மனிதரை ஒருவாறு சமாளித்துவிட்டு அவன் அவசரமாக வீட்டுக்குள் நுழைந்து கதவைச் சாத்தினான்.

'விளக்கேத்துற நேரம் எதுக்கு கதவ சாத்துறிங்க?' என்று அவன் மனைவி கேட்டாள்.

'நான் வேலைய விட்ட விஷயத்த நீ அங்கிள்ட்ட சொல்லலியா?'

'எதுக்கு சொல்லணும்?'

'உங்கப்பாம்மாவுக்கு?'

'வேற வேலை இல்ல.'

'எங்கப்பாம்மாவுக்கு?'

'அது உங்க பாடு.'

இப்போது அவனுக்கு இது மிகவும் சோர்வளித்தது. யாராவது நான்கு பேர் வம்பு கேட்பதற்காகவாவது வந்து பேசினால் பரவாயில்லை என்று நினைத்தான்.

'பாரு. இதே தெருவுல அந்த எண்டுல குடியிருக்கறவன்

மாதிரியே நானும் ஒரு நாள் உலகப் புகழ் பெறுவேன். அன்னிக்கு அதையாவது நாலு பேர்ட்ட சொல்லுவியா?'

இப்போது அவள் முறைப்பது தெளிவாகத் தெரிந்தது.

'என்ன முறைக்கற?'

'நான் எதுக்கு சொல்லணும்? அப்டி ஒண்ணு நடந்தா நியூஸ்ல சொல்லிட்டுப் போறான்' என்று சொல்லிவிட்டு உள்ளே போனாள்.

கந்தாயம் ஐந்து

முழு நேர எழுத்தாளன் ஆனதும் எழுத வேண்டியது என்று முடிவு செய்து, ஒரு நாவலுக்கான கருவை அவன் நெடுங்காலமாக உருட்டி உருட்டி ஓர் எள்ளுருண்டை போலத் தயார் செய்து வைத்திருந்தான். அதில் முக்காலே மூணு வீசம் சொந்த அனுபவம். இதர உதிரி உருப்படிகளுக்கெல்லாம் அப்படிப்பட்ட அனுபவங்கள் கிடைத்திருக்க வாய்ப்பே இல்லை என்பதில் அவனுக்கு அசைக்க முடியாத நம்பிக்கை இருந்தது. ஏனெனில், முழுப் பைத்தியம் அல்லது ஐன்ஸ்டைன் அளவுக்குக் காத்திரமான மூளை கொண்டவர்களுக்கு மட்டுமே அப்படியெல்லாம் செய்யத் தோன்றும். நமது கதாநாயகனுக்கோ, இரண்டாவது சாத்தியத்தின் மீது நம்பிக்கை குறைவு என்பதால், தனது பித்த நிலையின் உச்சக் காலக்கட்ட அனுபவங்களை மையமாகக் கொண்டு எழுதிவிடுவது என்று முடிவு செய்திருந்தான்.

பாராகவனுடைய அந்த மர்ம காண்டத்தினைப் பற்றிய சிறிய குறிப்பு ஒன்று இங்கே தேவைப்படுகிறது.

அதைப் பார்த்துவிட்டு நாம் நடு நீரோட்டத்தில் கலந்துவிடலாம்.

பள்ளி நாள்களில் அவனுக்குப் படிப்பு சரியாக வரவில்லை. சுமாருக்குச் சிறிது கீழே உலவும் குமாரனாகவே வாழ்ந்து கழித்தவன், கல்லூரிப் படிப்பின்போதும் எண்பது சதமானப் பாடங்களில் தோல்வியே அடைந்தான். அந்த விரக்தியில் துறவியாகவோ, ஒரு தேர்ந்த பொறுக்கியாகவோ ஆகிவிடுவது என்று முடிவு செய்தான். அந்த இரு துறைகளில் ஈடுபட்டால் மட்டும்தான் வீட்டாரின் அதட்டல் உருட்டல்களில் இருந்து தப்பிக்க முடியும் என்பது எளிய காரணம்.

துரதிருஷ்டவசமாக அவனது தானுகந்த திருமேனி ஒரு பயங்கர ரவுடிக்கு உரியதாக இல்லை. அடிப்படையில் நிறைய அச்சங்கள் கொண்டவன் என்பதால் மனத்தளவிலும் அவனால் வாளோ துப்பாக்கியோ எடுக்க முடியாதிருந்தது. அதெல்லாம் பழக்கத்தில் வந்துவிடும் என்று தன்னைத் தானே சமாதானப்படுத்திக்கொண்டு ஒரு சமயம் கல்லூரி முதல்வரின் மாருதி 800-இன் மீது ஒரு கல்லை விட்டுப் பார்த்தான். அந்தக் கருமம் பிடித்த கல்லோவெனில், கார் கடந்து சென்ற பிறகு சீறிச் சென்று விழுந்து வீணானது.

இதனால் ஒரு ரவுடி ஆகும் திட்டத்தை ரத்து செய்துவிட்டு அவன் தனது இயல்புக்கு நெருக்கமாக வரக்கூடிய துறவுத் துறையைத் தேர்ந்தெடுத்துக்கொள்ள முடிவு செய்தான். துறவி ஆகிவிடலாம். யாராவது ஒரு குருவைப் பிடித்து தீட்சை பெற்றுக்கொண்டு, மேல் திருப்பதிக்குச் சென்று அமர்ந்துவிடலாம் என்று நினைத்தான்

திருப்பதியை அவன் தேர்ந்தெடுத்ததன் காரணம், வெங்கடாசலபதிப் பெருமாள் அல்ல. சிக்கல் இல்லாமல் அங்கே கிடைக்கும் இலவச உணவு. தவம் கிவம் செய்து வரம் கிரம் பெறுவதற்குப் பல வருடங்கள் பிடிக்கலாம். அதுவரை வயிற்றுப் பாட்டுக்கு ஒரு வழி செய்துகொள்ள வேண்டாமா? அவன் அறிந்த வரை, அன்றைய தேதியில் உணவுக்குப் பிரச்னை இல்லாத மலை வாசஸ்தலம் அதுதான். அருவி இருக்கிறது. ஆண்டவன் இருக்கிறான். அருள் இருக்கிறது. வாழ்நாள் முழுதும் வக்கணையாகச் சாப்பிட்டுவிட்டு, வசதியாகத் தவம் புரியலாம்.

இவ்வளவு முன் ஜாக்கிரதையுடன்தான் அவன் பக்தி மார்க்கத்துக்கு உள்ளே காலெடுத்து வைத்தான். ஆனால் நடந்தது ஒரு நூதன வினோதம். திருப்பதிக்குப் போய்விடலாம் என்ற முடிவினை எடுப்பதற்காக அவன் போயிருந்த இடம் உதக மண்டலம். இரண்டு மூன்று தினங்கள் தன்னந்தனியாக சஞ்சாரம் செய்து சிந்தித்து, ஒரு தீர்க்கமான முடிவுக்கு வரலாம் என்று எண்ணித்தான் சென்றிருந்தான். அன்றைய தேதியில் ஊட்டிக்குச் சென்று வரப் பேருந்துக் கட்டணக் காசும், கூடுதலாக அறுபது ரூபாயும் மட்டுமே அவனிடம் இருந்தது. செலவு கூட ஆகிவிட்டால், வரும்போது வித் அவுட்டில் வந்துவிடலாம் என்று முடிவு செய்து கிளம்பினான்.

மேட்டுப்பாளையத்தை அடைந்தபோது மலை ரயிலில் போக வேண்டும் என்று அவனுக்கு ஆசை உண்டானது. அந்த ரயில் அவனை ரன்னி மேடு என்ற ஸ்டேஷனில் இறக்கிவிட, அங்கே அந்தச் சம்பவம் நடந்தது.

ரன்னி மேடு ரயில் நிலையத்துக்கு அப்பால் ஒரு சிறிய ஓடைக் கரையில் பிச்சைக்காரத் தோற்றத்தில் அவன்

ஒருவனைச் சந்தித்தான். அந்த நபர் பார்க்கவே சிறிது அச்சமூட்டக்கூடியவனாக இருந்தான். அதாவது, பாராகவன் தனது ஊட்டி இன்பச் சுற்றுலாவுக்காக வைத்திருக்கும் பணத்தைக் களவாடிச் சென்றுவிடக் கூடியவன் என்று நினைக்கத்தக்க விதமாக. எனவே, முன்ஜாக்கிரதைசாலியான பாராகவன் அந்த இடத்தை விட்டு வேகமாக நகர முடிவு செய்தான். ஆனால் அது முடியவில்லை. அந்தச் சூழ்நிலை விவரிப்புக்கு அப்பாற்பட்ட பேரழகு பொருந்தியதாக இருந்தது. கலைஞன் அல்லவா? தன்னை மறந்து இயற்கையில் தோயத் தொடங்கிவிட்டான்.

தரையோடு தரையாக ஸ்டிக்கர் பிரித்து ஒட்டினாற் போல ஒரு திறந்த வெளி ரயில் நிலையம். அப்படியே இறங்கி வரும் வழியில் மலைச் சரிவில் யாரோ ஒரு பெண் துப்பட்டாவைக் கழட்டி அலசி உலர்த்திவிட்டுப் போனாற் போலொரு சிற்றோடை. ஓடையின் இரு புறமும் பசும் புற்கள் முளைத்திருந்தன. ஆங்காங்கே கருநீல நிறப் பூக்கள் பூத்திருந்தன. நல்ல வெயில் பொழுதில், தெளிந்த ஓடை நீர் படர்ந்து சென்ற பாதையெல்லாம் சிறு சிறு கூழாங்கற்கள் தெரிந்தன. அப்படியே சொகுசாக இறங்கிப் படுத்துக்கொள்ளலாம் போல இருந்தது. என்ன பெரிய குளிர்? தவத்துக்குத் தன்னைத் தரப் போகிறவனுக்கு ஊட்டி குளிரெல்லாம் ஒரு பொருட்டாக இருக்கக் கூடாது.

இவ்வாறு எண்ணியபடி அவன் மேற்படி மர்ம நபரை உற்றுப் பார்த்துக்கொண்டே இருந்தான். அவனும் பார்வையை நகர்த்தாமல் பாராகவனையே பார்த்துக்கொண்டிருந்தான். என்ன நினைத்தானோ. சட்டென்று சிரித்தான் 'பசிக்கிறதா?' என்று கேட்டான்.

உண்மையில் பாராகவனுக்கு அப்போது பசிக்கத்தான் செய்தது. அதை இவனிடம் ஏன் சொல்ல வேண்டும் என்று நினைத்தான். மறு கணமே அவன் கேட்டான், 'ஏன்? சொன்னால் என்ன அவமானம் வந்துவிடும்? என்னால் உனக்கு உதவ முடியாதா?' என்று கேட்டபடியே தன் மூட்டைக்குள் கையை விட்டு ஒரு மாம்பழத்தை எடுத்து நீட்டினான்.

பாராகவனுக்கு இது மிகுந்த அதிர்ச்சியளித்தது. ஆனால் காட்டிக்கொள்ளாமல் அந்தப் பழத்தை வாங்கி உண்டான். உண்டு முடித்துவிட்டு ஓடை நீரை அள்ளிக் குடித்துவிட்டு அவனிடம் திரும்பி, 'நன்றி' என்று சொன்னான்.

இப்போது அவன் மீண்டும் சிரித்தான். 'பசி போனதா?'

'ஆமாம்.'

'நான் உனக்குப் பழமும் தரவில்லை. நீ உண்ணவும் இல்லை' என்று அவன் சொன்னான்.

இது ஏதடா பெரும் பைத்தியமாக இருப்பான் போலிருக்கிறதே என்று பாராகவன் நினைத்த கணத்தில் அவன் சொன்னான், 'உன் வாயில் மாம்பழ வாசனை இருக்கிறதா பார்.'

இல்லை என்பது பாராகவனுக்கு வியப்பாக இருந்தது. தவிரவும், ஐந்து நிமிடங்களுக்கு முன்னர் இருந்த பசி உணர்வு திரும்பவும் வந்துவிட்டதாகவும் தோன்றியது. இயல்பில் அச்சங்கள் மிகுந்தவனான பாராகவன் உடனே அந்த இடத்தை விட்டுப் போய்விட வேண்டும் என்று நினைத்தான்.

மீண்டும் மனத்தைப் படித்தாற்போல அவன் சொன்னான், 'போயேன்? நான் தடுக்க மாட்டேன். ஆனால் என்னைத் தேடி மீண்டும் வருவாய்.'

மாயாஜாலக் கதைகளில் மட்டுமே இதெல்லாம் சாத்தியம் என்று தோன்றுகிறதல்லவா? ஆனால், பாராகவனுக்கு இது நடந்தது. அவன் சொன்னது போலத்தான் ஆனது. அன்று விட்டால் போதும் என்று தப்பித்து ஓடியவன், பத்து நாள்களில் இருப்புக் கொள்ளாமல் மீண்டும் ரன்னி மேடு ரயில் நிலையத்துக்கு வந்து சேர்ந்து, அந்தப் பைத்தியக்காரனைத் தேடத் தொடங்கினான். இரண்டு நாள்களுக்குப் பிறகு அவன் கிடைத்தான். அதே போலச் சிரித்தான். 'சொன்னனா இல்லியா நீ வருவேன்னு?'

'ஏன் வந்தேன்?'

'அது உன் தலையெழுத்து.'

'நீங்கள் யார்?'

'ரொம்ப முக்கியமா?'

'இல்லைதான். ஆனா பத்து நாளா உங்களையேதான் நினைச்சிட்டிருந்தேன். இதுக்கு முன்ன நான் இப்படி இருந்ததில்லை.'

அவன் அதைக் கண்டுகொண்டதாகத் தெரியவில்லை. ஆனால் ஒன்று சொன்னான், 'சோத்துக்காகத் திருப்பதி போகாத. செத்துருவ.'

மனத்தைப் படிக்கும் கலை என்று ஒன்று இருப்பதைப் பாராகவன் அறிவான். ஆனால் அதை அறிந்த ஒருவனை நேரில் சந்திக்க நேரிடும் என்று எண்ணிப் பார்த்ததில்லை. அந்த ரன்னி மேட்டுச் சித்தன் இறுதிவரை தனது பெயரையோ இதர விவரங்களையோ அவனுக்குச் சொல்லவில்லை. ஆனால், நான்கைந்து சந்திப்புகளில் அவன்

பாராகவனின் மேல் மனத்தை அகழ்ந்து உள்ளே இறங்கி ஆக்கிரமித்துவிட்டான்.

பாராகவன் சொன்னான்: 'நான் துறவி ஆகணும்னு ஆசைப்பட்டேன்.'

'ஆசைப்பட்டெல்லாம் துறவி ஆக முடியாது. அடி பட்டாத்தான் முடியும்.'

'அப்ப அடிங்க.'

'அதுக்கு நான் ஆளில்ல. நீ திருப்பதிக்கு ஓடிப் போக நினைச்சத தடுக்கறதுதான் எனக்குக் குடுத்த வேல. அது முடிஞ்சிது. இனி எக்கேடு கெட்டுப் போ' என்று சொல்லிவிட்டு அன்று அவன் காணாமல் போனான். அதன் பிறகு பாராகவன் அவனைப் பார்க்கவேயில்லை.

ஒரே ஒரு கேள்விதான் இருந்தது. 'எனக்குக் குடுத்த வேலை' என்று சொன்னானே, யார் கொடுத்த வேலை? இதை அவனிடம் கேட்கத் தவறியிருந்தான். கேட்பதற்காகவே ஒன்றிரண்டு முறை ரன்னி மேட்டுக்குச்சென்று தேடியும் அவன் அகப்படவில்லை. யாரிடமாவது விசாரிக்கலாம் என்றால் அவன் பெயர் தெரியாது. அங்க அடையாளம் சொல்லிக் கேட்கவும் வழியில்லை. ஒரு சராசரி திராவிடத் தமிழனின் தோற்றத்தில்தான் அவன் இருந்தான். ஒல்லியான உருவம். காவியெல்லாம் கிடையாது. இடையில், கிழிந்த அழுக்கு வேட்டியும் மேலுக்கு அதே போலக் கிழிந்த அழுக்குப் போர்வையும் சுற்றி இருப்பான். ஐம்பதில் இருந்து அறுபது வயதுக்குள் இருக்கலாம். சரியாகத் தெரியவில்லை. சிறிது வழுக்கை இருந்தது. இருபது நாள் தாடி எப்போது பார்த்தாலும் அப்படியே இருந்தது. இதைச் சொல்லியா கேட்க முடியும்?

அந்த ரன்னி மேட்டுக்காரன் பற்ற வைத்ததுதான். பாராகவன் அதன் பிறகு ஊர் ஊராக, மாநிலம் மாநிலமாக, போகிற இடமெல்லாம் அவனைத் தேடிக்கொண்டே இருந்தான். ஆனால் அவனைத் தவிர வேறு பல சித்தர்களையும் காவி உடுத்திய வெறும் பிச்சைக்காரர்களையும் பக்காத் திருடர்களை யும் வழி முழுதும் கண்டான். விதித்திருந்ததால் ஒவ்வொருவருடனும் சிறிது காலம் சுற்ற வேண்டியிருந்தது. ஒரு முறை மைசூரில் கணபதி சச்சிதானந்த சுவாமி என்ற சித்தரைச் சந்திக்கச் சென்றிருந்தான். மகா சிவராத்திரி தினம். பத்தடி ஆழத்துக்குக் கிணறு வெட்டி, அதையே ஒரு யாக குண்டமாக்கி, வேள்வியின் ஆகுதியாகத் தன்னையே அவர் உள்ளே செலுத்திக்கொண்ட காட்சியைக் கண்டு திகைத்துப் போனான்.

ஆனால் மேல் தோலில் ஒரு பொட்டுக் கரிகூடப் படியாமல், தீப்பட்ட சுவடே இல்லாமல், குளத்தில் குளித்து எழுந்து வருபவரைப் போல அவர் யாக குண்டத்துக்குள் இருந்து ஒரு லிங்கத்தை ஏந்திக்கொண்டு வெளியே வந்தார். பாராகவன் பேயடித்தாற்போல ஆகிவிட்டான். பிறகு அவரைத் தனியே சந்திக்க நேர்ந்தபோது தனது நெடுநாள் பிரச்னையான சைனஸ் தும்மலைக் குறித்துப் பேச்சு வாக்கில் சொன்னான்.

'தும்மலா? எப்படி தும்முவ?'

தும்மலை அது வராதபோது தும்மிக் காட்ட முடியுமா? ஆனால் அவனுக்கு அது வர ஆரம்பித்தால் இடை விடாமல் அரை மணி நேரத்துக்கு அடித்துத் தாக்கும். குறைந்தது முன்னூறு, முன்னூற்றைம்பது தும்மல்கள் வரும். அதன் பிறகு ஆக்டிஃபெட் என்ற மாத்திரையில் இரண்டைப் போட்டுக்கொண்டு லாரியில் அடிபட்ட சொறிநாய் போலச் சுருண்டுவிடுவான்.

இதைச் சொன்னதும் சித்தர் சிரித்தார். 'இப்டி வா' என்று சொன்னார். பாராகவன் அருகே சென்றதும் உச்சந்தலையில் ஒரு கையை வைத்தார். ஒரு சில வினாடிகள்தாம். பிறகு எடுத்துவிட்டு வேறு ஏதேதோ பேசிவிட்டு விடை கொடுத்தார்.

'சாமி, அந்தத் தும்மல்...'

'வராது. போ.'

அதிசயம்தான். அதன்பிறகு அவன் ஆக்டிஃபெட் வாங்க அவசியமே ஏற்படவில்லை. ஆனால் ஒரு முறை மனநல மருத்துவமனைக்குச் சென்று வந்தால் நல்லது என்று அவனே நினைக்கத்தக்க அளவுக்கு சித்தர்களின் உலகின் மீது ஒரு பிடிமானம் ஏற்பட்டுவிட்டது. அது வேறெதையும் செய்ய விடாமல் அவனை அடித்துத் துவைத்துக் காயப்போட ஆரம்பித்தது.

ஒன்றிரண்டல்ல. எவ்வளவோ அனுபவங்கள். எவ்வளவோ கதைகள். அவை அனைத்தையும் உருட்டித் திரட்டித்தான் அவன் தனது நாவலை வடிவமைத்திருந்தான். உட்கார்ந்து எழுத ஆரம்பித்தால், முடிக்க எவ்வளவு காலம் ஆகுமென்று தெரியவில்லை. முடிக்க முடியுமா என்பதேகூடச் சந்தேகமாகத்தான் இருந்தது. தர்ம பத்தினியிடம் சொல்லி, கருத்து கேட்கத் தயக்கமாக இருந்தது. ஏனெனில், இது ஒரு கதை என்று அவனால் சொல்ல முடியாது. அது கதையல்ல. உண்மை என்று சொன்னால் உடனே விவாகரத்து செய்துவிடுவாளோ என்று அச்சமாக இருந்தது. நாவல் எழுதும் காலத்தில் சுக சௌகரியங்களுக்குக் குறைவின்றிப் பார்த்துக்கொள்ள அவளை விட்டால் வேறு நாதி கிடையாது அவனுக்கு.

எனவே, சொல்லாமல் ஆரம்பித்துவிட முடிவு செய்தான்.

கந்தாயம் ஆறு

இந்தக் காவியத்தின் ஏதோ ஒரு கந்தாயத்தில் நமது கதாநாயகன் தொலைக்காட்சித் தொடர்களுக்கு வசனம் எழுதச் சென்றது குறித்துச் சிறிய குறிப்பு தரப்பட்டிருக்கும். அதன் பிறகு அதை நீட்டிக்காதிருந்ததன் காரணம், இடைப்பட்ட காலத்தில் அவன் அந்தப் பக்கம் திரும்பிப் படுக்காமல் இருந்ததுதான். கிபி 2004ம் ஆண்டு தொடங்கி மூன்றாண்டுக் காலம் இரவு பகலாக அக்குடும்ப இலக்கியப் பணியில் மூழ்கியிருந்த பாராகவன், அதன் பிறகு அந்தப் பக்கம் போகவேயில்லை. செய்ய நினைப்பது ஒன்றாகவும் செய்வது வேறொன்றாகவும் இருப்பதன் அவலம் அவ்வாறு வாழாதவர்களால் உணர முடியாதது. இந்தக் குறிப்பிட்ட விவகாரத்தில் இதனோடு சேர்த்து அவனுக்கு இன்னொரு மாபெரும் மன உளைச்சலும் இருந்தது. அது அவனது சிறிய பொருளாதாரம் சம்பந்தப்பட்டது.

முதல் முதலில் பாராகவன் தொலைக்காட்சித் தொடருக்கு வசனம் எழுதச் சென்றபோது

அவனுக்கு நிர்ணயிக்கப்பட்ட மாதச் சம்பளம், ரூபாய் இருபத்தேழாயிரத்து ஐந்நூறு என்பது ஆகும். இரண்டாயிரத்து நான்காம் ஆண்டின் தேசியப் பொருளாதார நிலைமையுடன் ஒப்பிட, இது ஒரு மகத்தான தனி மனித சாதனை என்பதில் சந்தேகமில்லை. தவிரவும் பாராகவன் அப்போது ஒரு புருஷ லட்சண உத்தியோகத்தில் இருந்தான். அந்த வருமானத்துக்கு மேல் வருமானமாக இப்பெருந்தொகை அவனுக்கு மாதம் தோறும் கிடைக்கத் தொடங்கியதில், அவன் தனது வழக்கமான எண்பத்தைந்து கிலோ எடையில் இருந்து உயர்ந்து தொண்ணூற்றொன்பது கிலோவுக்குச் சென்று சேர்ந்தான். போதாக் குறைக்குப் புத்தக ராயல்டி, ஒரே சமயத்தில் நான்கைந்து பத்திரிகைத் தொடர்கள், தேசிய அளவிலான விருது ஒன்று என அந்த ஆண்டு முழுதுமே அவனுக்குக் கிளுகிளுப்பாகத்தான் இருந்தது. தான் மகிழ்ச்சியுடன் இருப்பதைத் தனக்கே நிரூபித்துக் கொள்வதன் பொருட்டு, பாராகவன் ஒரு கார் வாங்கினான். சிறிய, சிக்கனமான கார்தான். அவனது ஸ்தூல சரீரம் மட்டும் ஏறிக்கொள்ள சௌகரியமானது. இருப்பினும் எழுதிச் சம்பாதித்த பணத்தில் வாங்கியதல்லவா? மகத்தானதுதான்; சந்தேகமில்லை.

ஆனால், ஒரு தமிழ் எழுத்தாளன் கிளுகிளுப்படைவதைச் சமூகம் பொறுக்காது என்பது நன்னூல் சூத்திரத்தில் இல்லாத சூத்திரம். அடுத்த ஆண்டு அவன் ஒழுங்காக வருமான வரி கட்டிய பின்பு, வரித்துறை அதிகார மண்டலத்தில் இருந்து அவனுக்கு ஒரு நோட்டீஸ் வந்தது.

நீ மாதச் சம்பளக்காரனல்லவா? எங்கிருந்து இந்தக் கூடுதல் வருமானம் வந்தது? ஒரு தமிழ் எழுத்தாளன்

எப்படி கார் வாங்கப் போகலாம்? இல்லை. ஏதோ சூது நடக்கிறது. நீ கள்ளக் கடத்தல் செய்கிறாய். அல்லது நோட்டடிக்கிறாய். சாராயம் காய்ச்சுகிறாய். இந்த லிகிதம் கண்ட பத்து தினங்களுக்குள் எங்கள் விசாரணை அதிகாரியை நேரில் வந்து சந்திக்கவும்.

தன்னைக் கைது செய்து உள்ளே அடைத்துவிட்டார்களென்றால் தனக்காகத் தமிழ் கூறும் நல்லுலகு புரட்சி அல்லது போராட்டம் செய்ய ஏதேனும் வாய்ப்பிருக்கிறதா என்று யோசித்தபடி பாராகவன் வருமான வரித்துறை அலுவலகத்துக்கு விசாரணைக்குச் சென்றான். ஒரு ரஷ்யப் புரட்சி அளவுக்கு இல்லை என்றாலும் கல்யாண் ஜுவல்லரி புரட்சிப் போராட்டம் அளவுக்காவது ஏதேனும நடந்தால் நன்றாகத்தான் இருக்கும். எழுதிப் பிரபலமாவதினும் ஒரு விவகாரத்தில் சிக்கிப் பிரபலமாவது எளிது. தவிர இது ஒரு கொலை கேசும் அல்ல. அபாண்டமானதொரு குற்றச்சாட்டு அவன் மீது சுமத்தப்பட்டிருக்கிறது. சம்பாதித்த பணத்துக்கு உரிய கணக்குக் காட்டவில்லை என்று சொல்லியிருக்கிறார்கள். அது உண்மையல்ல என்று நிரூபிக்க அவனிடம் தக்க ஆதாரங்கள் நிறைய உள்ளன.

அவற்றை அள்ளிப் போட்டுக்கொண்டு அவன் அதிகாரியைச் சந்திக்கச் சென்றான். அன்றைக்கு வெள்ளிக்கிழமை. காலை பத்தரை பன்னிரண்டு ராகு காலம். ஆனால் வேறு வழியில்லை. அந்த நேரத்தில்தான் அந்த அதிகாரி வரச் சொல்லியிருந்தார். எனவே பாராகவன் பத்தரைக்கு முன்னால் அந்த அலுவலகத்தை அடைந்து தனது வருகையை அதிகாரிக்குத் தெரியப்படுத்தினான்.

அதிகாரி அதனைக் கண்டுகொண்டதாகத் தெரிய வில்லை. அவன் ஒரு பெஞ்சில் அமர்ந்துகொண்டான். சில நிமிடங்களில் வேறு சிலர் அதே அதிகாரியைச் சந்திக்க வந்து, சக பெஞ்சுவாசிகளானார்கள். அனைவருக்குமே அந்த அனுபவம் புதிது என்பது அவர்களுடன் பேசியதில் இருந்து பாராகவனுக்குப் புரிந்தது. ஆனால் அத்தகைய அப்புராணிகள், சுய புலம்பலுடன் அந்த ஆகி வந்த பெஞ்சில் அமர்வது தமக்குப் பழக்கமானதுதான் என்பது போலவே அந்த அலுவலகவாசிகள் நடந்துகொண்டார்கள். ஒரு ஈ, அல்லது கொசு அல்லது கரப்பான்பூச்சிக்குத் தருகிற முக்கியத்துவத்தைக் கூட அவர்கள் தரத் தயாராயில்லை.

'ஐயா, எப்போது அழைப்பார்கள்?'

'கூப்டுவாங்க. இரு.'

'நான் வந்து இரண்டு மணி நேரம் ஆகிறது.'

'அதுக்கின்னா இப்ப?'

'எனக்குப் பிறகு வந்த பலபேர் உள்ளே போய் வெளியே போய்விட்டார்கள்.'

'அத ஆபீசர்ட்ட கேளு.'

இப்படியாகச் சில இலக்கியத் தரமான உரையாடல்கள் நிகழ்ந்த பின்பு அன்று மாலை நான்கு மணி அளவில் அதிகாரியானவர் பாராகவனை அழைத்தார். சிறிது பதற்றம். நிறைய பயம். சரியாகப் பேச வேண்டுமென்கிற கவலை. தவிர நாளெல்லாம் காத்திருந்த களைப்பு. தனது முழுச் சக்தியைக் குவித்து, தன் தரப்பு நியாயத்தை எடுத்துரைத்து விடுவது என்கிற முடிவுடன் அவன் அந்த அறைக்குள் நுழைந்தான்.

'வணக்கம் சார்.'

'பேரு?'

'பாராகவன்.'

அதிகாரி ஒரு கோப்பை எடுத்துப் புரட்டினார். பிறகு ஒரு தாளில் ஏதோ எழுதினார்.

'சார், இந்த நோட்டீஸ் எனக்குப் புரியவேயில்ல. ஆக்சுவலா நான் ரிட்டன் ஃபைல் பண்ணப்ப...'

அவருக்கு விவரங்கள் அவசியப்படவில்லை. 'இன்னிக்குத் தேதி இருவத்தி நாலு. அடுத்த மாசம் இருவத்தி மூணாந்தேதி வாங்க.'

'சார்..?'

'போலாம். இன்னும் எவ்ள பேர் நிக்கறாங்க வெளிய?'

நீதி மன்றங்களில் கேட்டுப் பெறுகிற வாய்தா, வருமான வரித்துறை அலுவலகங்களில் கேட்காமல் கிடைக்கும் பொருள் என்பது அன்று அவனுக்குப் புரிந்தது. அதன்பின் சுமார் ஓராண்டுக் காலம் மாதம் தோறும் இருபத்து மூன்றாம் தேதி முதல் இருபத்தாறாம் தேதிக்கு உட்பட்ட ஒரு சுப முகூர்த்த தினத்தில் அவன் அந்த அலுவலகத்துக்குத் தவறாமல் சென்றான். ஒவ்வொரு முறையும் காத்திருந்து, வாய்தா பெற்றுத் திரும்புவதும்; ஒவ்வொரு முறையும் ஸ்க்ரூட்டினியில் சிக்கிய புதிய புதிய வருமானதாரிகளைச் சந்தித்து உரையாடுவதும்; ஒவ்வொரு முறையும் அந்த அதிகாரி அவனை முற்றிலும் புதியவன் போலவே அணுகி பெயர், தந்தை பெயர், குலம், கோத்திரம் விசாரித்து வாய்தா தேதி வழங்குவதும் வழக்கமானது. ஒரு முறை அந்த அதிகாரி உபயோகிக்கும் 'பசு' புகையிலையைக் காட்டிலும் குரோம்பேட்டை ராதா

நகர் மார்க்கெட்டில் உள்ள ஒரு வெற்றிலை சீவல் கடையில் கிடைக்கும் பன்னீர் புகையிலை நல்ல காரமாகவும் மணம் மிகுந்தும் இருக்கும் என்றும் இன்னொரு முறை வரும்போது வாங்கி வருகிறேன் என்றும் சொல்லிவிட்டு அவன் புறப்பட்டான்.

ஆனால் அதற்கு அவசியம் ஏற்படவில்லை. அடுத்த முறை சிறிது முன்னதாகவே அவனை அதிகாரி அழைத்துவிட்டார். ஏதோ ஒரு குருட்டுக் கணக்குப் போட்டு பதினேழாயிரம் ரூபாய் கட்டிவிட்டுக் கிளம்பும்படிக் கேட்டுக்கொண்டார். அவரும் மனிதரல்லவா? சலித்துத்தான் போயிருக்கும். பாராகவன் தனது ஆடிட்டரிடம் இது குறித்துக் கலந்தாலோசித்தபோது, 'வேறு வழியே இல்லை; அவர்கள் விடமாட்டார்கள்' என்றுதான் அவரும் சொன்னார்.

அந்தப் பதினேழாயிரத்தைக் கட்டிய கையோடு, பிரச்னைக்குக் காரணமான காரையும் பாராகவன் தலை முழுகித் தொலைத்தான். மூஞ்சூறில் பயணம் செய்வதுதான் பிள்ளையாருக்குப் பாதுகாப்பு.

இத்தனை விரிவாக இந்தத் துயரக் கதையை இங்கே விவரிக்க ஒரு காரணம் உண்டு. பாராகவன் முழு நேர எழுத்தாளராகி, தனது மகத்தான சன்னியாசக் காவியத்தை எழுத ஆரம்பித்த ஓரிரு வாரங்களிலேயே அவனுக்கு மீண்டும் ஒரு தொலைக்காட்சித் தொடருக்கு எழுத வாய்ப்பு வந்தது. பெரிய நிறுவனம். ஆகி வந்த இயக்குநர். எளிய கதை. நம்பகமான வருமானக் கால்வாய்.

'பாரு. கடவுளா பாத்து குடுக்கறான். நாவல் எழுதறபடி எழுது. கூடவே இதையும் எழுதக் கசக்குதா? எழுதறது உனக்குப் பிடிச்ச வேலைதானே?'

அதிலென்ன சந்தேகம். எழுதுவது அவனுக்குப் பிடித்த வேலைதான். அதுவுமில்லாமல் தினமும் அலுவலகம் போய் வர வேண்டிய அவசியமில்லாத பணி. வீட்டுப் புருஷனாகவே இருந்து, கொடுக்கிற காட்சிக்கு உப்புச் சீடை போலச் சொற்களை உருட்டித் தந்தால் போதுமானது. மாதம் பிறந்தால் வங்கிக் கணக்குக்குச் சம்பளம் வந்துவிடும். மேலும் அவனது மத்திய அரசு மாமனார், மாமியாருக்கு ஒரு குறைந்தபட்ச நம்பிக்கையை இதன் மூலம் தன்னால் தர முடியும் என்று அவன் நினைத்தான்.

அந்தத் தொலைக்காட்சித் தொடருக்கு ஒப்புக் கொண்டு அவன் எழுதத் தொடங்குவதற்கு முன்பே விதி தனது அலகிலா விளையாட்டைத் தொடங்கியது. இம்முறை வேறொரு நிறுவனம். இன்னொரு புதிய தொடர் இன்னும் ஐயாயிரம் அதிக வருமானம் தருவதற்கு அவர்கள் தயாராக இருந்தார்கள்.

இரண்டு தொடர்களா? அதுவும் தினசரி.

'அதெல்லாம் உங்களால முடியும் சார். அடிச்சி ஆடுங்க' என்றார் அந்த உத்தமத் தயாரிப்பாளர்.

அவன் வீட்டுக்கு வந்து விஷயத்தைச் சொன்னபோது அவனது கலை விமரிசகரான மனைவியே பூரித்துப் போனாள். 'ஒரு சின்ன காருக்கு என்ன பாடு படுத்தினான் அந்த ஆபீசர். அடுத்த வருஷம் சிங்கிள் பேமெண்ட்ல பி.எம்.டபிள்யூ வாங்கி ஓட்டிட்டுப் போய் அவன் எதிர்ல நிறுத்தணும். என்ன ஆனாலும் விடாத. நீ எழுது. நான் பாத்துக்கறேன்.'

நியாயமாக இப்படிக் காரியம் யாவிலும் கைகொடுக்கும் காரிகை ஒருத்தி கிடைக்க அவன் கொடுத்து வைத்திருக்க வேண்டும். ஆனால்

கலை மனத்துக்குக் காரியம் செய்து விட்டதல்லவா கார் வாங்கும் திருப்பணிக்கு நிதி சேர்க்க வேண்டியிருக்கும்?

'நாவல்தானே? நீதான் சொல்லுவியே, அது தன்னைத்தானே எழுதிக்கும்னு? அது பாட்டுக்கு எழுதிக்கட்டும். நீ சீரியல் எழுது. ஒரு பொண்ண பெத்திருக்க. அத மறந்துடாத.'

அன்று முதல் பாராகவன் சமைந்த பெண் போலானான். தனது அறையை விட்டு எழுந்து வெளியே வரக்கூட முடியாதபடி தினமும் குறைந்தது இருபது கண்ணீர் காவியக் காட்சிகளுக்குத் தலா பத்துப் பத்துப் பக்கங்கள் வீதம் வசனம் எழுதிக் குவிக்கலானான்.

கந்தாயம் ஏழு

முதல் முதலில் ஒரு தொலைக்காட்சித் தொடருக்கு வசனம் எழுத ஒப்பந்தமாகி, எழுத ஆரம்பிப்பதற்கு முன்னால் நமது கதாநாயகனுக்கு அது என்ன சாதி அல்லது மதம் என்று தெரியாது. ஓர் இயக்குநர் உண்டு, ஒரு கேமரா உண்டு என்பதால் சினிமாவுக்குத் தம்பி முறையாக இருக்கலாம் என்று நினைத்தான். சர்வ அதிகாரம் படைத்த இயக்குநர் என்ன கேட்கிறாரோ, அதனை எழுதிக் கொடுத்தால் சோலி முடிந்தது.

ஆனால் அது அப்படியல்ல என்பது எழுதத் தொடங்கிய நான்கைந்து தினங்களுக்குள் அவனுக்குப் புரிய ஆரம்பித்தது. தொலைக்காட்சித் தொடரில், எழுதுகிறவன்தான் பேட்டை தாதா. நாளொன்றுக்கு ஒன்றரை முதல் இரண்டே முக்கால் கிலோ கனத்துக்கு எழுதித் தள்ளத் தெரிந்தவன் அந்த உலகில் 'பெரிய ரைட்டர்' என்று அழைக்கப்பட்டான். சொல்லாயுதங்களால் மேற்கொள்ளப்படும் உக்கிர சண்டைக் காட்சிகளை பல நூதன வினோத உயரங்களுக்கு எடுத்துச் செல்லத் தெரிந்தால் போதும். நல்ல எழுத்து என்பது ஒவ்வொரு காட்சியிலும் இடம்பெறும் பஞ்ச் வசனங்களைக் கொண்டு தீர்மானிக்கப்படும். தப்பித்

தவறி உண்மையிலேயே தரமாக எதையாவது எழுதித் தொலைத்தாலோ, அல்லது நமக்கே தெரியாமல் நன்றாக வந்துவிட்டாலோ கவலைப்படத் தேவையில்லை. இயக்குநர் இருக்கிறார். அவர் கவனமாகப் பார்த்து நீக்கிவிடுவார்.

ஆரம்ப ஜோரில் பாராகவன் இதையெல்லாம் பொருட்படுத்தினானில்லை. வித விதமான குடும்பச் சண்டைகளுக்குப் பல விதமான காரணங்களைக் கற்பித்துக்கொண்டு மணல் வீடு கட்டுவது போலச் சொற்களைக் குவித்து அடுக்கிக்கொண்டே சென்று இறுதியில் உதை பந்தாண்டக் கலைஞன் மரடோனாவினைப் போல இடக் காலால் ஓங்கி ஒரு எத்து. கட்டிய மணல் மாளிகையை உருத் தெரியாமல் சிதைத்து ஒழித்துவிடுவது போல ஓர் உச்சக்கட்டத்தை நிறுவினால் காரியம் முடிந்தது.

பிரதி போய்ச் சேர்ந்த அரை மணி அவகாசத்துக்குள் இயக்குநரிடம் இருந்து அழைப்பு வந்துவிடும். 'செம சார். பின்னிட்டிங்க சார். பத்து பன்னெண்டு பக்கம் வரும்னு நினைச்சேன். இருவத்ரெண்டு பக்கம்! சான்சே இல்ல சார்.'

ஒவ்வொரு இருபத்திரண்டு பக்கங்களுக்கும் ஒரு பாராட்டு. ஒவ்வொரு இருபத்து ஆறு எபிசோடுகளின் இறுதியிலும் கணக்கிட்டுக் காசோலை. அதை வாங்கி வங்கியில் போடக்கூட அவகாசமில்லாமல், கம்பெனியாரையே நேரே வங்கிக் கணக்கில் செலுத்தச் சொல்லிவிட்டுப் பாராகவன் பேயாக உருமாறி எழுதிக்கொண்டே இருந்தான். ஒரு தொடர். இரண்டு தொடர்கள். மூன்று தொடர்கள். ஒரே சமயத்தில் நான்கு தொடர்கள். ஐந்து தொடர்கள். அவனது வாழ்நாள் கனவான

அந்த சன்னியாச நாவல் மெல்ல மெல்ல நினைவில் இருந்து மறையத் தொடங்கியது. நாவலுக்கென்ன? எப்போது வேண்டுமானாலும் எழுதிக் கொள்ளலாம். இந்த வாழ்க்கை வினோதங்களால் ஆனது. ஓர் எழுத்தாளனுக்குத்தான் இந்தத் துறையில் எவ்வளவு ராஜபோகம்?

ஒவ்வொரு நாளும் இரவெல்லாம் விழித்திருந்து எழுதியதை அவன் வீட்டு வாயிற் கதவில் கட்டப்பட்ட மூன்று நான்கு பைகளில் (கம்பெனிக்கு ஒரு பை. பால் பாக்கெட் போடக் கட்டி வைப்பதைப் போல வசனக் கத்தைகளைப் போட்டு வைக்க.) போட்டுவிட்டுப் படுக்கச் செல்லும்போது பெரும்பாலும் விடிகாலை ஆகியிருக்கும். விடிந்து அரை மணியில் வீட்டு வாசலில் வரிசையாக கார்கள் வந்து நிற்கும். ஒவ்வொரு காரும் ஒவ்வொரு கம்பெனியினுடையது. டீசல் போட்டுக்கொண்டு வந்து, எழுதி வைத்த குயர் தாள்களை எடுத்துச் செல்வார்கள். வீதியே பார்த்து வியக்கும் அந்தக் காட்சியை அவன் பெரும்பாலும் பார்க்க முடியாது. ஒன்றிரண்டு மணி நேரம் அப்போது உறங்கி எழுந்தால்தான் மீண்டும் நாளெல்லாம் துவந்த யுத்தம் செய்ய முடியும்.

எட்டாம் நம்பர் வீட்டு அங்கிளும் ஆண்ட்டியும் ஊரில் உள்ள தமது உறவினர்களுக்கெல்லாம் போன் செய்து பெருமை பொங்கச் சொன்னார்கள்.

'இவளே, நீ.... இந்த சீரியல் பாக்கறல்ல? அத எழுதறவர் இங்க நம்ம பக்கத்து வீட்ல இருக்கறவர்தான். நமக்கு க்ளோஸ் ஃப்ரெண்டு.'

மனைவியின் மூலம் இத்தகவல் வரப் பெற்றதும், தான் எப்போது யாருக்கு குளோஸ் ஃப்ரெண்டாக இருந்திருக்கிறோம் என்று பாராகவன் சிந்திக்கலானான்.

அவன் தனக்கே கூட எதிரியாக இருந்துதான் பழக்கப்பட்டவன். சரி ஒழிகிறது, காசா பணமா? அங்கிள் ஆண்டிக்கு அதிலொரு அற்ப சந்தோஷம். சொல்லிக்கொண்டு திரியட்டும்.

பொதுவாகத் தொலைக்காட்சித் தொடர்களில் காலம் உருண்டோடும் வழக்கம் கிடையாது. அது எப்போதும் ஒரு ரிடையர்டு ஹெட் மாஸ்டரைப் போல கம்பீரமாக நடந்துதான் செல்லும். ஆனால் பாராகவனது சீரியல் வாழ்க்கை முட்டிக் கவிழும் வேகத்தில் ஓடிக் கொண்டிருந்தது. ஒரு நாளின் பதினெட்டு மணி நேரங்களை அவன் எழுதி எழுதியே கொன்று வீசிக்கொண்டிருந்தான். நண்பர்கள் கிடையாது. உறவினர்கள் கிடையாது. சினிமா, கடற்கரை, கேளிக்கை எதுவும் கிடையாது. அவனது உலகில் அப்போது இரண்டு பேர் மட்டுமே இருந்தார்கள். அதில் அவன் ஒருவன். இன்னொருவர், ஷெட்யூல் டைரக்டர்.

இதனைச் சிறிது விளக்க வேண்டும். சினிமா துறையில் இயக்குநர்கள் எவ்வளவு பெரிய சக்திமான்களோ, அந்தளவுக்குத் தொலைக்காட்சித் துறையில் ஷெட்யூல் டைரக்டர்கள் என்னும் இனத்தார் சக்திமான் பரம்பரையினர் ஆவர். அவர்களால்தான் ஒவ்வொரு நாளும் தடைபடாமல் படப்பிடிப்பு நடக்கும். அவர்களால்தான் தயாரிப்பு நிறுவனம் திருப்தி கொள்ளும் விதத்தில் ஃபுட்டேஜ் வரவைக்க முடியும். அவர்கள்தாம் கலைஞர்களோடும் நுட்பர்களோடும் தொடர்பு கொண்டு அன்றன்றைய தினத்தின் தேவைகளைப் பூர்த்தி செய்வார்கள். இயக்குநர்களுக்குத் தூதுவர்களாகவும் தயாரிப்பா ளர்களுக்கு ஒற்றர்களாகவும் இதர யாவருக்கும் நல்லிணக்க சமரச சன்மார்க்க நெறி வழுவாத்

தோழர்களாகவும் ஒரே சமயத்தில் பல அவதாரம் எடுக்க வல்லவர்கள் அவர்கள்.

அந்நாள்களில் பாராகவன் ஷெட்யூல் டைரக்டர்களைத் தவிர வேறு யார் போன் செய்தாலும் எடுக்க மாட்டான். ஷெட்யூல் டைரக்டர்களும் அவன் நேரத்தைக் கொள்ளையிடாமல், அன்றன்றைய காட்சி விவரங்களை மட்டும் சொல்லிவிட்டு வைத்து விடுவார்கள். திட்ட மாறுபாடு இருக்குமானால் அதற்குத் தனியே ஒரு அழைப்பு வரும். ஒவ்வொரு நாளும் ஒவ்வொரு ஷெட்யூல் டைரக்டரும் ஒரு முறை அன்றைய காட்சி விவரம் சொல்லவும் குறைந்தது ஏழெட்டு முறை காட்சி மாறும் விவரம் சொல்லவும் அழைப்பார்கள்.

இன்னாருக்கு சீதபேதி. இன்றைய காட்சியில் அவர் இல்லை. எனவே அவரை நீக்கிவிட்டு இதர கலைஞர்களுக்கு மட்டும் எழுதவும். இன்னார் இன்றைக்கு மதியமே போய்விடுவார். எனவே காலை எடுக்கும் காட்சிகளில் மட்டும் அவர் இருக்கலாம். மதியக் காட்சிகளில் அவர் கடைக்குப் போயிருப்பது போலவோ, கோயிலுக்குப் போயிருப்பது போலவோ, கக்கூசுக்குப் போயிருப்பது போலவோ எங்காவது ஒரு வசனத்தைச் சொருகிவிட வேண்டும். இன்றைக்கு ஆல் ஆர்டிஸ்ட் காட்சி. ஆனால் இரண்டு பேர் தவிர யார் கால்ஷீட்டும் கிடையாது. வேறு வேறு தினங்களில் பிரித்து எடுத்துக்கொள்வது போலக் காட்சியை அமைத்துக்கொள்ளவும். காம்பினேஷனில் எல்லோரையும் பொருத்திவிட வேண்டாம். இன்றைக்கு போலிஸ் ஸ்டேஷன் காட்சிகள். ஆனால் லொக்கேஷன் கிடைக்கவில்லை. அனைத்துக் காட்சிகளையும் சாலையில் அல்லது ஸ்டோர் ரூமில் எடுக்க வசதியாக மாற்றிக்கொள்ளவும்.

எப்படி என்று கேட்கக் கூடாது. ஸ்டேஷனில் வைத்து நடத்தும் விசாரணையை, சாலையில் வண்டியை வழி மறித்தும் நடத்தலாம். பின்னால் ஒரு கறுப்புத் துணியைக் கட்டிவிட்டு, ராட்சச மின் விசிறியின் மூடியைக் கழட்டி முன்புறம் யாரையாவது பிடித்துக்கொள்ளச் சொல்லிவிட்டு அதையே சிறைக் கம்பி போல பாவித்து லாக்கப் காட்சிகளை எடுக்கலாம். என்ன ஒன்று, கேமரா நகர வழி கிடையாது. அதனாலென்ன? ஒரே கோணத்தில் இருவர் எதிரெதிரே நின்று பேசுவது போலக் காட்சியை அமைத்துவிட முடியும். 'பெரிய ரைட்டர்' அதையெல்லாம் அநாயாசமாகச் செய்துவிடுவார்.

பாராகவனுக்கும் இந்த ஷெட்யூல் டைரக்டர்களுக்கும் பல நூறு ஜென்மங்களாகத் தொடர்பும் பகையும் உண்டு. ஒவ்வொரு நாளும் எழுதுவதற்கு சம அளவு அவர்களோடு யுத்தம் செய்யவும் வேண்டியிருக்கும். எவ்வளவு சொற்கள். எவ்வளவு வசை. எவ்வளவு ஆவேசம். ஆனால் ஷெட்யூல் டைரக்டர்கள் கோபமே கொள்ள மாட்டார்கள். என்ன திட்டினாலும் கேட்டுக்கொண்டு, 'சாரி சார். ஆனா பத்து நிமிசத்துல அனுப்பிருங்க என்ன?' என்று சொல்லிவிட்டு போனை வைத்துவிடுவார்கள். கடவுள், மனிதர்களைச் செய்துவிட்டு, ஓய்வுப் பொழுதில் ஷெட்யூல் டைரக்டர்களைச் சமைப்பான். சரியாகச் சொல்வதென்றால், கலையம்சம் இல்லாமல் மனிதர்களைப் படைத்ததற்குப் பரிகாரமாகவே அவன் அவகாசம் எடுத்துக்கொண்டு ஷெட்யூல் டைரக்டர்களைப் பிறப்பிக்கிறான் என்று பாராகவன் அடிக்கடி நினைத்தான்.

அப்படி நினைத்த ஒரு நாளில் சடாரென்று அவனுக்கு இன்னொரு நாவலுக்கான யோசனை வந்தது. ஷெட்யூல் டைரக்டர்களின் உலகம்! ஏன் எழுதக் கூடாது?

அவனது கனவு நாவலைப் போல இது எழுதச் சிரமமானதல்ல. அன்றாடங்களைத் தொகுத்தாலே போதுமானது. விரைவில் எழுதி முடித்துவிட முடியும். தவிரவும் அவன் கற்பனை செய்ய அவசியமே இல்லாத இயல். ஒவ்வொரு சீரியலிலும் எவ்வளவு ஷெட்யூல் டைரக்டர்களை அவன் பார்த்துவிட்டான்! மாதம் மும்மாரி அவர்கள் மாறிக்கொண்டே இருப்பார்கள். இன்றைக்கு ஒரு சீரியலில் இருந்து வெளியேறும் ஷெட்யூல் டைரக்டர், மறுநாளே இன்னொரு சீரியலின் சார்பாகப் பாராகவனை அழைத்து அன்றைய காட்சியை விவரிப்பார். அதே அர்ப்பணிப்பு. அதே பொறுமை. அதே சாரி சார். ஆனால் வேறு கம்பெனி. வேறு சீரியல்.

'எப்ப மாறினிங்க? சொல்லவேயில்ல?'

'நேத்துலேந்துதான் சார்.'

'ஏன் மாறினிங்க?'

'அதெல்லாம் அவ்ள முக்கியமா சார்? எங்க இருக்கோம்ன்றது மேட்டரே இல்ல சார். இருக்கமா, அவ்ளதான்.'

அந்த நாவலை எழுதியே விடுவது என்று பாராகவன் முடிவு செய்தான். எழுதிக்கொண்டிருந்த சீரியல்களுக்கு இடையில் எப்படியோ நேரத்தைத் திருடி ஏழு மாத காலம் மூச்சைப் பிடித்துக்கொண்டு எழுதி முடித்தான். யாரை மனத்தில் வைத்து அந்த நாவலை அவன் எழுதினானோ அந்த ஷெட்யூல் டைரக்டருக்கு அன்றிரவு போன் செய்தான்.

'உங்கள ஹீரோவா வெச்சி ஒரு நாவல் எழுதியிருக்கேன்.'

'அப்படிங்களா சார்.'

'நம்ம இண்டஸ்டிரி கதைதான். ரொம்ப ராவா வந்திருக்கு.'

'ஓ. சரிங்க.'

'படிக்கறிங்களா?'

'எங்க சார் டைம் இருக்கு அதுக்கெல்லாம்? நாளைக்கு பிலிம் சிட்டி போறோம் சார். கோர்ட்டு, போலிஸ் ஸ்டேசன், ஆஸ்பிடல் மூணு லொக்கேசன் சீன்ஸும் ஒரே நாள்ள முடிக்கறோம். மூணு கேமரா, ரெண்டு யூனிட்டு. கொஞ்சம் அட்ஜஸ்ட் பண்ணிக்கங்க சார். மொத்தம் பதினெட்டு சீனு.'

பின்னாளில் பாராகவனின் அந்நாவல் புத்தகமாக வெளியாகி, இரண்டு விருதுகள் வென்றன. மூன்று பதிப்புகள் வெளியாகி முடிந்த பின்பு தற்செயலாக அவன் அந்த ஷெட்யூல் டைரக்டரை ஒரு நாள் சந்திக்க நேர்ந்தது.

'சொன்னனே அந்த நாவல்...'

'அட ஆமா சார். பேர் கூட சொன்னிங்க. சட்னு மறந்துருச்சி.'

'பூனைக்கதை.'

'ஆங்... ஆமா. பூனைக்கதை. என்னைய வச்சி எழுதியிருக்கறதா சொன்னிங்க இல்ல?'

'யோவ், நீதான்யா ஹீரோ கதைல.'

'அப்டிங்களா சார்?'

'ரெண்டு வருசம் முன்ன குடுத்தேன். படிக்கவேயில்லியா?'

'எங்க சார் டைம் இருக்கு? அத விடுங்க. இப்ப என்ன ப்ராஜக்ட் பண்றிங்க?'

கந்தாயம் எட்டு

பாராகவன் எழுதிய நாவலை அதன் கதாநாயகன் படிக்காததும் படிக்க விரும்பாததும் ஒரு காவியத் துயரம் என்றால், அதனைத் தொட்டு இன்னும் சில இலக்கியத் தரமான சம்பவங்கள் உடனுக்குடன் நடந்ததை அவனால் மறக்கவே முடியாது. வீசையில் விழுப்புண்களைத் தரும் கெட்டத்தனம் மிக்க சமூகம். என்ன செய்ய? அதில்தான் வாழ்ந்தாக வேண்டி இருக்கிறது. அந்த ஷெட்யூல் டைரக்டர் எக்கேடு கெடட்டும் என்று நிராகரித்துவிட்டுத் தனது கனவு நாவலாக எண்ணிக்கொண்டிருந்த உலகப் பேரிலக்கியப் பெருங்காவியத்தை நேரடியாக அவன் எழுத ஆரம்பித்திருக்கலாம். முடிவதற்கு எப்படியும் இரண்டு மூன்று வருடங்களேனும் இழுத்திருக்கும். அது வரையிலாவது அவநம்பிக்கையின் நிழல் அவன் சிந்தனையில் விழாதிருந்திருக்கும். விதி, விதி, விதி மகனே. வேறெது சொல்வேன், அட மகனே.

அந்த சரித்திர சம்பவத்துக்கு மறுநாள், குறிப்பிட்ட ஷெட்யூல் டைரக்டர் தனது இயக்குநரிடம் நடந்ததை விவரித்திருக்கிறார்.

‘நேத்து பாராகவன் சார பாக்கப் போயிருந்தேன் சார்.’

‘என்ன சொன்னாரு?’

‘என்னைய வெச்சி ஒரு நாவல் எழுதியிருக்காரு சார். அத படிச்சியான்னு கேட்டாரு.’

‘அட சொல்லவேயில்ல? என்னையவிட நீ அவருக்கு முக்கியமா போயிட்டியா? இரு’ என்று சொல்லிவிட்டு இயக்குநர் உடனே அவனை போனில் அழைத்தார்.

நான்கு பேர் தலையைச் சுற்றித் தன் பக்கத்து வீட்டுக்காரரின் மூக்கைத் தொடும் கலையில் விற்பன்னரான இயக்குநர், தனக்கும் பாராகவனுக்கும் உள்ள பல்லாண்டுக் கால நட்பு, நெருக்கம், தன் மனத்தில் அவனுக்கு அவர் அளித்துள்ள இடம் (ஒன்றரைஏக்கர்விஸ்தீரணம்உள்ளது.) அனைத்தையும் குறித்து சிறிது நேரம் பிரசங்கம் செய்துவிட்டு, ‘ஏதோ நாவல் எழுதியிருக்கிங்களாமே?’ என்று முதல் வரியைப் பிடித்தார்.

‘பழசு சார்.’

‘பழசுன்னா?’

‘புக் ரிலீஸாகி ஒரு வருஷம் ஆயிடுச்சி. போன வாரம் ஒரு அவார்டு கூட குடுத்தாங்களே.’

‘அப்டியா? ஸ்டேட் கவர்மெண்ட்டா? செண்ட்ரல் கவர்ன்மெண்ட்டா?’

‘நமக்கு ஏன் சார் கவர்மெண்ட் குடுக்கப் போகுது? ஒரு சின்ன இலக்கிய அமைப்பு.’

‘இலக்கிய அமைப்பா? அவன் ஏதோ நம்ம சினிமா கம்பெனி கதைன்னு சொன்னான்?’

‘நம்ம இண்டஸ்டிரிதான் சார் சப்ஜெக்ட். ஆனா நாவலா எழுதினதால தப்பித்தவறி பரிசு குடுத்துட்டாங்க. வேணா மன்னிப்பு கேட்ற சொல்றேன் சார்.’

‘சேச்சே. அதெல்லாம் பரவால்ல. என்ன கதை?’

‘சொன்னேனே. சீரியல் இண்டஸ்டிரி சம்பந்தமானது. ஒரு ஷெட்யூல் டைரக்டர் பாயிண்ட் ஆஃப் வியூலேருந்து...’

‘ரெண்டு வரில சொல்லுங்க கேப்பம்.’

பாராகவனுக்கு திக்கென்றது. ஒரு நாவலை எப்படி இரண்டு வரியில் சொல்வது?

‘அட சொல்லுங்க சார். சும்மா அலட்டிக்கிட்டு.’

‘சார், இது கதை இல்ல. நாவல். ரெண்டு வரில எல்லாம் சொல்ல முடியாது சார்.’

‘என்ன சார் நீங்களே இப்டி சொல்றிங்க? ரெண்டு வரில சொல்ல முடியாத கதைய ரெண்டாயிரம் பக்கம் எழுதினாலும் சரியா சொல்ல முடியாதுன்னு நீங்கதானே சொல்லுவிங்க?’

‘கரெக்டு சார். அது கதைக்குப் பொருந்தும். நாவல்ல அந்த ஃபார்முலா வேலைக்கு ஆகாது சார்.’

‘கட்டுரை புக்கா? அப்ப சரி.’

அவனுக்கு அழுகை வரும் போலிருந்தது. இருப்பினும் இதே போன்றதொரு தருணம் சுந்தர ராமசாமியின் வாழ்வில் நடந்திருக்கிறது என்பது தற்செயலாக நினைவுக்கு வந்தது. ஒரு முன்னுரையிலேயே அவர் அதனை விவரித்திருப்பார். அது நினைவுக்கு வந்ததுமே பாராகவனுக்கு வந்த

அழுகை பரவசக் கண்ணீராகி விட்டது. எல்லா பேரிலக்கிய முயற்சிகளும் மாட்டுச் சாணத்தின் மீதும் ஆட்டுப் புழுக்கைகளின் மீதும் புரண்டெழுந்து வந்துதான் காலத்தில் நிலைத்திருக்கின்றன. தனது நாவல் காலத்தில் நிலைத்திருக்கிறதோ இல்லையோ, மாட்டுச் சாணப் பிராப்தம் பெற்றுவிட்டது என்று எண்ணிக் கொண்டான்.

ஊரில் இருந்து அவனது ஒன்றுவிட்ட சகோதரர் ஒருவர் அவனைப் பார்க்க வந்திருந்தார். பல வருடங்களாகத் தொடர்பே இல்லாதிருந்தாலும் இன்னும் அவர் சகோதரராகவே இருந்தது பாராகவனுக்கு மகிழ்ச்சியாக இருந்தது. தனது சிறு வயதுகளில் அந்த ஒன்றுவிட்ட மூத்த சகோதரர் மீது பாராகவனுக்கு மிகுந்த மதிப்பும் மரியாதையும் இருந்தது. காரணம், அந்நாளில், இமைப் பொழுதில் அவரால் சந்தக் கவிதைகள் எழுத முடியும் என்பது. அவர்தான் பாராகவனுக்கு பாரதியாரை அறிமுகம் செய்து வைத்தது. அவர்தான் கண்ணதாசனைப் பற்றி அவனுக்கு எடுத்துச் சொன்னது. கவிஞர் தமிழ் ஒளி (ஜெயகாந்தனின் நண்பர்), கவிஞர் தமிழழகன் (பாரதி தாசனின் நேரடிச் சீடர்), கவிஞர் இளந்தேவன் (அண்ணா திராவிட முன்னேற்றக் கழகத்தின் ஆஸ்தான கவிஞராக இருந்தவர்; ஜெயலலிதாவுக்கு வேண்டப்பட்டவர்), இலந்தை ராமசாமி என்று எழுபது-எண்பதுகளின் மரபுப் புயல்கள் அனைவரையும் அவனுக்கு அறிமுகம் செய்து வைத்து, அவர்களை ரசிக்கச் சொல்லித் தந்தவர்.

சைதாப்பேட்டையில் அந்நாளில் பாரதி கலைக்கழகம் என்றொரு அமைப்பு இயங்கிக்கொண்டிருந்தது. மாதா மாதம் ஆபீசில் சம்பளம் வாங்கியதற்கு மறுநாள் அங்கே முப்பது நாற்பது கவிஞர்கள்

ஒன்று கூடுவார்கள். கிச்சடி கேசரி வகையறாக்கள் சாப்பிட்டு விட்டு ஆளுக்கொரு கவிதை படிப்பார்கள். அந்தச் சங்கத்தில் உறுப்பினராக இருந்த பல கவிஞர்கள் பின்னாளில் பேரும் புகழும் பெற்ற பெருங்கவிஞர்களானது பாராகவனுக்குத் தெரியும்.

ஆனால் அவர்கள் அனைவரையும்விடத் தனது ஒன்று விட்ட மூத்த சகோதரர் கவிதைத் துறையில் அதிகம் சாதிப்பார் என்று பாராகவன் எண்ணினான். விளையாட்டல்ல. உண்மையில், சாதாரணமாகப் பேசுவது போலவே அவருக்குக் கவிதை வரும். யோசிக்காமலேயே எதுகையும் மோனையும் கூடி வந்து உட்காரும். வெறும் சந்தக் கட்டாக இல்லாமல் கவிதையும் தரமாக இருக்கும்.

அப்படியாகப்பட்ட ஒன்றுவிட்ட மூத்த கவிச் சகோதரர் மிகப் பல வருடங்களுக்குப் பிறகு தன்னைக் காண வந்ததில் பாராகவன் மிகுந்த மகிழ்ச்சி கொண்டான். *‘என்னடா எழுத்தாளா, எப்டி இருக்க?’* என்று ஆரவாரமாக ஆரம்பித்தார், வந்தவர்.

‘நல்லா இருக்கேன். நீங்க எப்டி இருக்கிங்க?’

‘இருக்கேண்டா. ரிடையர்மெண்ட்டுக்கு இன்னும் நாலு வருஷம்தான் இருக்கு. அதுக்குள்ள பொண்ணுக்கு ஒரு கல்யாணத்த பண்ணி வெச்சிட்டேன்னா ஒரு கடமை முடிஞ்சிரும்.’

‘பையன் என்ன பண்றான்?’

‘இஞ்சினியரிங் முடிக்கப் போறான். பெருங்களத்தூர் பக்கமா முக்கால் கிரவுண்ட் நிலம் வாங்கி ஒரு வீடு கட்டியிருக்கேன். மொத்தமும் அவ ஐடியாதான். கீழ ரெண்டு ரூம். மாடில ரெண்டு ரூம் அந்த

போர்ஷன் அப்படியே என் பையனுக்கு. நாளைக்குக் கல்யாணம் ஆச்சுன்னா ஃப்ரம் தி டே ஒன் அங்கயே தனிக்குடித்தனம் அவனுக்கு. அகலாது அணுகாது இருந்துக்கலாம் பாரு?'

'ஓ.'

'சுத்தி நிறைய மரம் வெச்சிருக்கா என் பொண்டாட்டி. பச்சப் பசேர்னு சொர்க்கமா இருக்கு. மலை ஓரம்ன்றதால ஜில்லுனு வீடே ஃப்ரிட்ஜுக்குள்ள இருக்கற மாதிரிதான் இருக்கு. வாயேன் ஒரு நாள்?'

'அருமை. கண்டிப்பா வரேன். அத விடுங்க. ரீசண்ட்டா என்ன எழுதினிங்க?'

'என் மாமனாருக்கு எண்பது வயசுடா. எல்லாரையும் கூப்ட்டு ஒரு ஃபங்ஷன் மாதிரி பண்ற ஐடியா. தோபாரு... இந்தா, பத்திரிகை. மறக்காம வந்திடு.'

'நிச்சயம்.'

'இதான் கடைசியா எழுதினது.'

'எது?'

'இந்தப் பத்திரிகை.'

'நான் அத கேக்கல. கவிதை என்ன எழுதினிங்கன்னு.'

'கவிதையா? உருப்படாத வேலை. அதெல்லாம் தலை முழுகி இருவத்தஞ்சு வருஷம் ஓடிருச்சி. என் பொண்டாட்டியே ஒரு பெரிய காவியம்டா! அதுக்கு முன்னாடி எந்தக் கவிதையும் நிக்காது. அத விடு. நீ பெரிய எழுத்தாளன் ஆயிட்டியேடா. ரொம்ப சந்தோஷமா இருக்கு. என் சின்ன மாமியார் உனக்கு பெரிய ஃபேன் தெரியுமா?'

'நிஜமாவா?'

'ஆமா. முந்தானை முடிச்சுன்னு ஒண்ணாம். சிவசக்தின்னு ஒண்ணாம். தேவதைன்னு ஒண்ணாம். எப்ப டிவிய ஆன் பண்ணாலும் நீ எழுதற வசனம்தான் கேக்குதாம். நன்மங்கலத்துல அவங்க இருக்கற தெரு பூரா உன் புகழ் பாடிக்கிட்டிருக்காங்க. உன்னை ஒரு நாள் பாக்கணும்னு சொன்னாங்கடா. இந்த ஃபங்ஷனுக்குக் கண்டிப்பா வா. அங்க எல்லாரையும் இண்ட்ரொட்யூஸ் பண்ணிடுறேன்.'

பாராகவன் பதில் சொல்லவில்லை. எழுந்து சென்று தனது நாவலை எடுத்து வந்து அவரிடம் நீட்டினான்.

'என்னது இது?'

'நாவல். ஃபுல்டைம் ரைட்டராகி, எழுதி முடிச்ச முதல் நாவல்.'

'ஓஹோ. தலைப்பெழுத்தே கோணா கோணலா இருக்கு. சனியன் ஒண்ணுமே புரியல. இருக்கட்டும். என் ஒய்ஃபோட கசின் பொண்ணுக்கு நடிக்கறதுல ரொம்ப இண்டிரஸ்ட். உன் சீரியல் எதுலயாவது சேர்த்து விடேன்.'

இந்து உறவுச் சட்டத்தில் ஒன்று விட்ட மூத்த சகோதரரை மட்டும் டைவர்ஸ் செய்ய ஏதேனும் வழி இருக்குமா என்று பாராகவன் யோசிக்கத் தொடங்கினான்.

அந்த ஒன்றுவிட்ட முன்னாள் கவிச் சகோதரர் மட்டுமல்ல. பாராகவனுக்கு அதுவரை ஸ்லீப்பர் செல் உறவினர்களாக இருந்த அத்தனைப் பேரும் அவன் சீரியல் எழுத ஆரம்பித்த பிறகு வரிசையாக அவனிடம் வர ஆரம்பித்தார்கள்.

‘அடுத்த மாசம் ரிடையர் ஆறேண்டா. உன் சீரியல்ல எதாவது அம்மா வேஷம் குடேன்’ என்று ஒரு பெண்மணி கேட்டார்.

‘வீட்ல வெட்டியாத்தான் இருக்கேன். என்ன பாக்கற? எல்லாம் உன்னை மாதிரிதான். காலைல பத்துலேருந்து ஈவ்னிங் நாலு, அஞ்சு வரைக்கும் என்னைக் கேள்வி கேக்க நாதி கிடையாது. உனக்கு அசிஸ்டெண்ட்டா வந்துடட்டுமா?’ என்று இன்னோர் உறவினர் கேட்டார்.

பாராகவன் திடுக்கிட்டுப் போனான். ‘நான் வெறும வசனம்தான் எழுதறேன். எனக்கு எதுக்கு அசிஸ்டெண்ட்? நானே ஒரு லேபர்தான் இதுல.’

‘என்ன பெரிய வசனம்? அதான் டெய்லி பாக்கறனே நாப்பது சீரியல். எல்லாம் என்னாலும் எழுத முடியும். நீ ரெண்டு எழுது. நான் ரெண்டு எழுதறேன். சும்மா கெடக்குறதுக்கு ஒரு சைடு இன்கம் வந்த மாதிரி இருக்கும்ல?’

அந்த பயங்கரவாதி உறவினருக்கு என்ன பதில் சொல்வதென்று தெரியாமல் அவன் திக்பிரமை பிடித்து நின்றிருந்த சமயம் அவர் மேலும் சொன்னார்: ‘என் பொண்டாட்டி போடுற சண்டைய எல்லாம் ரெக்கார்ட் பண்ணி கொண்டு வந்திடுறேண்டா. அத அப்டியே நீ ரைட்டிங்ல கொண்டு வந்திட்டா போதும். சீரியல் யதார்த்தமாயிரும்.’

என்னடா இது யதார்த்தத்துக்கு வந்த பதார்த்தக் கேடு என்று கலவரமாகிப் போய், ‘இனி உறவினர்கள் வந்தால் வீட்டுக் கதவைத் திறக்காதே’ என்று தனது தர்ம பத்தினியிடம் சொல்லிவிட்டு அறைக்குள் சென்று கதவை அடைத்துக்கொண்டான்.

அப்போது கோடம்பாக்கத்தில் அவன் குடியிருந்த பிராந்தியத்தில் தடுக்கி விழுந்தால் யாராவது ஒரு சினிமாக்காரர் தென்படுவார். ஆனால் மேல் தட்டு சினிமாக்காரர்கள் அல்லர். அனைவருமே தொழிலாளிகள். துணை நடிகர்கள். துணை தொழில்நுட்ப வல்லுநர்கள். உதவி இயக்குநர்கள். அவன் வீட்டுக்கு அருகே உள்ள சுதா டீ ஸ்டாலுக்குக் காலை ஏழு மணிக்குப் போய் நின்றால் ஒரு மணி நேரத்தில் குறைந்தது முப்பது கலைஞர்களை அங்கே பார்த்துவிடலாம். பாராகவனும் அங்கே அடிக்கடிச் செல்பவன்தான். ஆனால் அவன் சீரியலுக்கு எழுதுகிற விஷயம் சுதா டீஸ்டால் ஓனர் மோகனுக்கே தெரியாது. அருகே குடியிருக்கும் யாரோ ஒருவன் என்றுதான் நினைத்துக்கொண்டிருந்தார்.

இந்நிலையில், இக்கதையில் முன்னரே உங்களுக்கு அறிமுகமாகிவிட்ட எட்டாம் நம்பர் வீட்டு அங்கிளாண்டி இருவரில் ஒருவரோ அல்லது இருவருமேவோ சுதா டீ ஸ்டால் மோகனிடம் பாராகவனின் அருமை பெருமைகளை எடுத்துச் சொல்லி, அப்பேர்ப்பட்ட எழுத்தாளக் கோமான் உன் கடைக்கு டீ குடிக்க வருவது நீ பெற்ற பேறு என்று திரி கிள்ளிக் குருவி வெடி சொருகிவிட்டு வந்திருந்தார்கள். இந்த விவகாரம் அப்பாவிப் பாராகவனுக்குத் தெரியாது.

வழக்கம் போல ஒரு நாள் அவன் டீ குடிக்கச் சென்றபோது 'ஒரு நிமிசம் இரு சார்' என்று கடைக்கார மோகன் சொன்னார்.

'என்ன?'

'அட இரு சார' என்று மீண்டும் சொல்லிவிட்டு யாருக்கோ ஃபோன் செய்து, 'கொஞ்சம் சீக்கிரம் வரியா? சார் இங்கதான் நிக்குறாரு' என்றார்.

‘யாருங்க? நான் சீக்கிரம் போகணும். சட்னு ஒரு காப்பி தந்திங்கன்னா ஓடிருவேன்.’

‘அட இரு சார். நீ சொல்லலன்னா எங்களுக்குத் தெரியாதாங்காட்டியும்?’

தான் என்ன சொல்லாமல் மறைத்து, அவன் ஞான திருஷ்டியில் தெரிந்துகொண்டிருப்பான் என்று பாராகவன் யோசித்துக்கொண்டிருந்தபோதே ஒல்லியாக, வெடவெடவென்று ஓர் இளைஞன் அங்கே வந்து சேர்ந்தான்.

‘பாத்துக்கடா. இவருதான் ரைட்டர் சார்.’ என்று டீக்கடை முதலாளி அவனை அறிமுகப்படுத்தி வைத்தார்.

‘வணக்கம் சார். என் பேரு செல்வராஜி.’

‘அப்டியா?’

‘என்னைய உங்களுக்குத் தெரியாது சார். நீங்க எழுதற —— சீரியல்ல நான் ஒர்க் பண்றேன் சார்.’

‘ஓ, அப்டியா?’

‘கண்டின்யுடி, காஸ்ட்யூம், ப்ராப்பர்டி பாத்துக்கறேன் சார்.’

இதற்கும் ஒரு ஓ.

‘டைரக்டர்ட்ட யாரோ என்னைய பத்தி தப்பா போட்டுக் குடுத்திருக்காங்க சார். ப்ரொடக்சன்ல சில ஃப்ராடு நடக்குது. நீங்க சீன் பேப்பர்ல வீட்டு வாசலில் கார் வந்து நிற்கிறதுன்னு எழுதறிங்க. உடனே காருக்கு சொல்லிட்டதா கணக்கு எழுதிடுறாங்க. ஆனா கார் வர்றத காட்டாம, வீட்டுக் கதவ தொறந்து எண்ட்ரி

ஆவுறதுலேருந்து ஷாட் வெச்சிட சொல்றாங்க. கார் வந்து நிக்குறத காட்றதே இல்ல சார். நீங்களே டெலிகாஸ்ட்ல பாத்திருப்பிங்களே.'

'நான் சீரியல் பாக்கறதில்லப்பா. எழுதவே டைம் சரியா இருக்கு.'

'இருந்தாலும் இதெல்லாம் தப்பு சார். டைரக்டர் நீங்க சொன்னா கேப்பாரு. கொஞ்சம் சொல்லி உடுங்க. தம்பி நமக்கு ரொம்ப வருசமா பளக்கம். ப்ரொடக்சன பகைச்சிக்கிட்டு வேலைல கண்டின்யு பண்ண முடியாதுன்னு ரொம்ப புலம்பறாப்பல.' என்று தொழிலதிபர் மோகன் கருத்துத் தெரிவித்தார்.

பாராகவன் கலவரமானான். இது அவனது தொடர்பு எல்லைக்கு அப்பாற்பட்ட அரசியல் என்று உடனே அவனது அந்தராத்மா ஓங்கி ஒலித்தது. ஏனெனில் ஒவ்வொரு யூனிட்டிலும் அவனுக்கு இயக்குநரையும் ஷெட்யூல் டைரக்டராக வருபவர்களையும் மட்டும்தான் தெரியும். இதர யாரையும் அவன் நேரில் கண்டதில்லை. ஒரு நாள் கூடப் படப்பிடிப்புக்குச் சென்றதில்லை. ப்ரொடக்ஷன் மேனேஜர் என்ற வருணத்தைச் சேர்ந்தவர்களை அவன் அறிவான். ஆனால் எட்ட நின்று இரண்டொரு சொற்கள் பேசுவதுடன் சரி. தனது நோபல் பரிசு வெல்லவிருக்கும் நாவலை எழுதி முடிக்கும் வரை பொருளாதார நெருக்கடி இல்லாமல் பார்த்துக்கொள்வதற்காக அவன் தேடிக்கொண்ட அந்த வசனகர்த்தா உத்தியோகத்தின் எல்.ஓ.சி என்னவென்பதை அவனே ஒருவாறு வகுத்து வைத்துக்கொண்டிருந்தான்.

கருத்தே சொல்வதில்லை. கதை குறித்துப் பேசுவதில்லை. எத்தகைய காட்சியாக இருந்தாலும்

அதற்குத் தேவையான வசனங்களைக் கொட்டிக் கோத்து அனுப்பிவிடுவது. இயக்குநர் எத்தனைப் பக்கங்கள் கேட்கிறாரோ, அத்தனைப் பக்கங்கள். படப்பிடிப்பில் என்ன சௌகரியங்கள் உள்ளனவோ, அதற்கு உட்பட்டே கற்பனைக் குதிரையை ஓட விடுவது. (ஆனால் பெரும்பாலும் அது ஓட வேண்டிய அவசியம் இராது. நின்றும் நடந்தும்தான் காட்சி அளிக்கும்.) கதை விவாத யக்ஞங்களில் தப்பித் தவறிக்கூட கருத்து சொல்லிவிடக்கூடாது என்று கவனமாகப் பிடி மாவாவை அள்ளி வாயில் போட்டுக்கொண்டே வேள்வியில் அமர்வான். 'நல்லா இருக்கா?' என்று எதைக் குறித்தாவது யார் கேட்டாலும் தயாராக ஒரு பதில் வைத்திருந்தான். 'ஓகே சார்.'

ஓகே என்பது ஆமோதிப்பதல்ல. ஓகே என்பது எதிர்ப்பதும் அல்ல. ஓகே என்பது ஒரு வித ஓகே.

எல்லாம் இன்னும் சிறிது காலம்தான். தனது நோபல் நாவலை எழுதுவதற்குப் பாராகவன் உக்கிரமாக ஆயத்தமாகிக்கொண்டிருந்தான். முந்தைய ஷெட்யூல் டைரக்டர் நாவல் அளித்த மகத்தான கசப்புகளை விழுங்கிச் செரித்ததில் அவனது ரத்தம் சுத்திகரிக்கப்பட்டிருந்தது. ஒரு பெரு வெடிப்புப் போலத் தனது சர்வதேசப் பிரவேசம் நிகழ்வதற்கு அவன் முற்றிலும் தயாராகிவிட்டதாக அவனே உணர்ந்தபோது ஆண்டவனானவன் வேறொரு லீலா வினோத லாலிபாப்புடன் அவனெதிரே வந்து நின்றான்.

கந்தாயம் ஒன்பது

அவன் அப்போது எழுதிக்கொண்டிருந்த தொலைக்காட்சித் தொடர்களுள் ஒன்று, ஒரு பிரம்மாண்ட-பூதாகார நிறுவனத்தினுடையது. பெயரைச் சொன்னால், தமிழ்நாட்டில் தெரியாதவர்கள் யாருமே இருக்க மாட்டார்கள். அந்தளவும் அதற்கு மேம்பட்ட அளவும் புகழ் பெற்ற நிறுவனம். ஒரே சமயத்தில் பல தொலைக்காட்சித் தொடர்களும் திரைப்படங்களும் எடுத்துக்கொண்டிருந்தார்கள். தயாரிப்பு அலுவலகம் எப்போதுமே ஒரு கல்யாண மண்டபம் போல இருக்கும். பல இயக்குநர்கள், எழுத்தாளர்கள், நடிக நடிகையர், இதர தொழில் நுட்பக் கலைஞர்கள், கடன்காரரர்கள், அன்பர்கள், வம்பர்கள் ஜேஜேவென வந்து போய்க்கொண்டே இருப்பார்கள். யார் எந்த ப்ராஜக்டில் வேலை செய்கிறார்கள் என்று யாருக்கும் தெரியாது. ஏதோ ஒன்றில் கமிட் ஆகாமல் எல்லோரும் இப்படி அங்கே பழி கிடக்க வாய்ப்பில்லை என்பது மட்டும் எல்லோருக்கும் தெரியும். சாப்பாட்டு நேரத்தில் எதிரெதிரே அமர நேர்ந்தால், ஒருவரை

ஒருவர் அறியாதவர்கள் அறிந்துகொள்ள வாய்ப்பு. மற்றபடி அவரவர் உலகில் தனித்தனியேதான் வசித்துக்கொண்டிருப்பார்கள்.

பாராகவன் பொதுவாகத் தயாரிப்பு அலுவலகங்களுக்குச் செல்லும் வழக்கம் உடையவன் அல்லன். ஆனால் மாதம் ஒரு முறை கதை விவாதம் என்று ஒரு பூப்புனித சடங்கு வைத்து மூன்று நாள் அழைத்துவிடுவார்கள். அதில் இருந்து மட்டும் தப்பிக்க முடியாது. மதியச் சாப்பாடு, இரண்டு வேளை காப்பி டிபனெல்லாம் கொடுத்து கதை பேச அழைக்கும் கம்பெனியைப் பொதுவில் கோயில் என்று குறிப்பிடுவார்கள். ஆனால் நமது கதா நாயகனுக்கோவெனில் அது ஒரு கான்சண்டிரேஷன் கேம்ப்.

தெரியாமல்தான் கேட்கிறேன். ஒரு கதையில் விவாதம் செய்ய என்ன உள்ளது? ஒரு தலைக்குள் உற்பத்தி ஆகும் கதை, வெளியே வரும்போதே ஒரு குறிப்பிட்ட வடிவத்தில் சரியாகப் பொருந்திதான் வரும். விவாதங்களில் அதை அறுத்துப் போட்டு ஆயிரம் கூறாக்கி, மீண்டும் சப்பாத்தி மாவு பிசைவது போலப் பிசைந்து இன்னொரு வடிவத்துக்குக் கொண்டு சென்று, அதைத்தான் அற்புதம் என்று சொல்வது வழக்கம்.

உண்மையில் அது கண்ணராவியாக இருக்கும். முதல் டிக்காஷன் காப்பியை நிகர்த்தது, முதலில் சொல்லப்படும் கதை. அது எவ்வளவு நூற்றாண்டுகள் கடந்தாலும் அந்தத் துறையினருக்குப் புரியப் போவதில்லை என்று பாராகவன் எப்போதும் வருத்தப்படுவான்.

ஆனால் வருத்தப்பட்டு பாரம் சுமக்கிறவர்களைப் பொதுவில் யாரும் பொருட்படுத்துவதில்லை.

பாராகவன் ஒரு வித கலா ஞான விஞ்ஞான யோகப் பயிற்சியில் தேர்ச்சி பெற்று, கதை விவாதங்களில் இம்மாதிரியும் இதனை நிகர்த்ததுமான கருத்துகளைத் தெரிவிப்பதைத் தவிர்க்கத் தொடங்கினான். மாதாந்திர மூன்று நாள் வைபவங்களில் வாயைப் பொத்திக்கொண்டு மோனப் புன்னகை மட்டும் செய்து மீண்டு விடுவான்.

அவ்வாறு ஒரு நாள் அவன் மோனப்புன்னகை யாகத்தில் ஈடுபட்டுக்கொண்டிருந்தபோது திடீரென்று விவாத அறைக்குள் ஒரு சேவகன் நுழைந்தான். அவன் கையில் பெரியதொரு இனிப்பு டப்பா இருந்தது. கதை பேசிக்கொண்டிருந்த அனைவரிடமும் வந்து இனிப்பை நீட்டி எடுத்துக்கொள்ளச் சொன்னான்.

இது ஏதடா அற்புத சுகமளிக்கும் நூதன ஏற்பாடாக இருக்கிறதே என்று பாராகவன் ஒன்றுக்கு இரண்டாக இனிப்புகளை எடுத்துக்கொண்டு, 'என்ன விஷயம்?' என்று கேட்டான்.

'புதுசா ஒரு படம் ஆரம்பிக்கறாங்க சார். பெரிய பட்ஜெட். வர வெள்ளிக்கிழமை பூஜை. நீங்கல்லாம் கண்டிப்பா வந்துரணும்னு சொல்ல சொன்னாங்க சார்.'

அந்த வெள்ளிக்கிழமை பூஜைக்கு நமது பாராகவனால் போக முடியவில்லை. ஆனால் அடுத்த மாதம் அவன் கதை விவாதக் கூட்டத்துக்குச் சென்றபோது அலுவலகமே பெரும் பரபரப்புக்கு உள்ளாகியிருந்தது. அலுவல் சிப்பந்தி ஒருவர் குறுக்கும் நெடுக்கும் போய் வந்துகொண்டே இருந்தார். ஒவ்வொரு முறை போகும்போதும், 'இதே பொழப்பாப் போச்சு' என்று சொன்னார். ஒவ்வொரு முறை வரும்போதும், 'சனியன் விட்டுத்

தொலைக்கலாம்னா இந்த வயசுல வேற வேலையும் கிடைக்காது' என்று சொன்னார்.

பாராகவன் அவரை நெடுநேரம் கவனித்துக் கொண்டிருந்துவிட்டு, பிறகு நிறுத்தி விசாரித்தான். என்ன விவகாரம்?

'நீங்க இந்த வருசம்தானே இங்க எழுத வந்திங்க? உங்களுக்குத் தெரியாது சார். இவங்க படம் ஆரம்பிச்சாங்கன்னா அது முடியற வரைக்கும் எங்களுக்கு சம்பளம் ஒழுங்கா தர மாட்டாங்க சார்'

அவனுக்கு பகீரென்று இருந்தது. 'அப்டின்னா?'

'ஃபண்டு முழுக்க படத்துக்குப் போயிரும் சார். ரெகுலர் ப்ராஜக்ட்ஸ டீல்ல விட்டுருவாங்க.'

'அது எப்படி முடியும்?'

'பாப்பிங்க, பாருங்க' என்று சொல்லிவிட்டு மீண்டும் புலம்பியபடியே அவர் குறுக்கும் நெடுக்கும் நடக்கத் தொடங்கினார்.

அவன் யோசிக்கத் தொடங்கினான். தொலைக்காட்சித் தொடர் என்பது மாதம் முப்பது நாளும் செய்கிற வேலை. ஓய்வு என்று ஒன்று கிடையாது. ஒரு நாளைக்கு ஒரு எபிசோட் என்பது குறைந்த பட்சக் கணக்கு. இரண்டு அல்லது அதற்கும் மேலே எடுக்கப்படும் தினங்கள் மாதம் நாலைந்தாவது இருக்கும். அன்றாடம் ஒளிபரப்பாக வேண்டும். வேலை சுணக்கம் என்கிற பேச்சுக்கே இடம் இருக்கக் கூடாது. சம்பளம் சரியாக வந்தால்தானே சமூகம் சரியாக வேலை பார்க்கும்?

இவர் ஏதோ சொந்தப் பகையில் பொறுமுகிறார் என்று பாராகவன் நினைத்தான். ஆனால் மிக விரைவில் தான் பெற்று விட்டதாகக் கருதிய ஞானம் பூரணமானதல்ல என்பது அவனுக்குப் புரிந்தது.

அந்த மாதம் அவனுக்கு வர வேண்டிய சம்பளம் வரவில்லை. கேட்டபோது, ‘அடுத்த மாசம் சேர்த்து வந்துடும் சார்’ என்று சொன்னார்கள். அடுத்த மாதம் கேட்டதற்குப் பத்து நாளில் வந்து விடும் என்று தலா மூன்று பத்து நாள் இடைவெளிகளில் திரும்பத் திரும்பச் சொன்னார்கள். மூன்றாம் மாதம் அலுவலகத்தில் யாரும் போன் எடுக்கவில்லை. கதை விவாதத்துக்குச் செல்லும்போதெல்லாம் பாராகவன் கணக்குப் பிரிவில் விசாரிக்கச் செல்வான். ‘வீட்டுக்குப் போங்க சார். நைட்டு உங்க அக்கவுண்டுக்கு வந்துடும்’ என்று சொல்வார்கள். ஆனால் மறுநாள் எழுதுவதற்கான காட்சிகள் மட்டும்தான் வரும். காசு வராது.

பாராகவன் கொதித்துப் போனான். ‘இனி நான் எழுதப் போவதில்லை’ என்று அறிவித்துவிட இருப்பதாக இயக்குநருக்கு போன் செய்து சொன்னான்.

‘அவசரப் படாதிங்க சார். நாலு மாச பாக்கி இருக்கில்ல? அத வாங்கிட்டு சொல்லுங்க’ என்றார் அந்த நல்லவர்.

ஆம். நான்கு மாத பாக்கி. எழுதிக்கொண்டே இருக்கும்போது லௌகீகங்கள் குறித்த கவலை வருவதில்லை. லௌகீகங்களைச்சிந்திக்கத் தொடங்கி விட்டால் எழுத்து நடனமாடத் தொடங்கிவிடுகிறது.

அவன் மேனேஜரிடம் கேட்டான். தயாரிப்பு நிர்வாகியிடம் கேட்டான். ஷெட்யூல் டைரக்டரிடம் கேட்டான். இயக்குநரிடம் கேட்டான். அவனறிந்த இதர அனைவரிடமும் திரும்பத் திரும்பக் கேட்டபோது பதில் மட்டும் ஒரே மாதிரி இருந்தது. ‘கரெக்டு சார். நானும் எதிர்பாத்துட்டுத்தான் இருக்கேன். வீட்ல ரொம்ப கஷ்டமா இருக்கு.’

மற்றவர்கள் வீட்டில் எல்லாம் கஷ்டம் என்றால் பாராகவன் வீட்டில் அது கலவரமாகிப் போனது. 'பாரு, ஒழுங்கா மொத்த பாக்கியும் தர்றதா இருந்தா நாளைக்கு ஷூட்டிங்குக்கு சீன் அனுப்பு. இல்லன்னா எழுத மாட்டேன்னு நைட்டு பன்னெண்டே முக்காலுக்கு போன் பண்ணி சொல்லிடு.'

சிறந்த ராஜ தந்திரியான அவனது மனைவி மேற்படி யோசனையை முன்வைக்கப் போக, பாராகவனுக்கு பயம் பிடித்துக்கொண்டது. ஒரு ஷூட்டிங் என்பது அது நடப்பதற்கு முதல் நாள் காலை ஒன்பது மணி முதல் திட்டமிடப்படும். இரவு ஒன்று அல்லது ஒன்றரைக்கு அது உறுதியாகும். பிறகு மறு நாள் காலை பொழுது விடிந்ததும் யூனிட் வண்டி என்கிற ஒரு காட்டெருமை வாகனம் புறப்பட ஆரம்பிக்கும். அக்காட்டெருமை வாகனம் படப்பிடிப்பு அரங்குக்குச் சென்று சேர்வதற்கு முன்னால் சீன் பேப்பர் என்கிற வசனக் கட்டு அங்கே இருந்தாக வேண்டும். இதில் ஒரு சிறிய மாறுதல் ஏற்பட்டாலும் பிரபஞ்சப் பெரு வெடிப்பை உண்டாக்கும் சர்வ நாச பட்டனை யாராவது அழுத்தி விடுவார்கள்.

'ஏன், அந்த அக்கறை அவங்களுக்கு இருந்தா ஒழுங்கா சம்பளத்த குடுக்க வேண்டியதுதானே?' என்றாள் பாராகவனின் தர்ம பத்தினி. சரியான பதிலொன்று தராவிட்டால் அதர்ம பட்டினிக்கு அடிகோலியதாகிவிடுமே என்று அவன் தீவிரமாக யோசித்து, 'இவ்ள நாளா தரலியா? இப்ப படம் ஆரம்பிச்சிருக்கறதால கொஞ்சம் பணமுடை போல. எனக்கு மட்டும் இல்ல... யூனிட்ல யாருக்குமே இன்னும் சம்பளம் வரல.'

'இது ஒரு பதிலா?'

இல்லைதான். ஆனால் வேறென்ன செய்ய முடியும்? எனவே, மாற்றுப் பாதை உத்தேசங்களைச் சிந்தித்தபடி பாராகவனாகப்பட்டவன் இன்னும் இரண்டு தொடர்களுக்கு எழுத ஒப்புக்கொண்டான். ஒன்றில் சம்பளம் இல்லாது போனாலும் இன்னொன்று கைகொடுக்கும். அதுவும் கைவிட்டால் மற்றது அபயமளிக்கும். என்ன ஒன்று, நாளெல்லாம் இரவெல்லாம் எழுதிக்கொண்டே இருக்க வேண்டும்.

இவ்வாறான புதிய ஏற்பாட்டுக்கு அவன் தயாரான போதுதான் முந்தைய அத்தியாயத்தில் சொன்ன லீலா வினோத லாலிபாப்புடன் கலி புருஷன் அவனை நெருங்கினான்.

முன் சொன்ன அந்த மகாப் பெரிய நிறுவனம் படம் எடுக்கிறேன் பேர்வழி என்று தொடரெழுதும் எழுத்தாளர்களுக்கு சம்பளம் தராமல் நாலைந்து மாதங்களை ஓட்டி விட்ட விவரம் மெல்ல மெல்ல இதர நிறுவனங்களின் காதுகளுக்குச் சென்று சேர்ந்தது. அது, அதற்கு முன் அந்தத் துறை காணாத நிகழ்ச்சி. எப்படி சம்பளம் கேட்காமல் எல்லோரும் வேலை செய்கிறார்கள்? யாருக்கும் நம்ப முடியவில்லை.

‘அதெல்லாம் பிரச்னை இல்லை. நம்புவதற்கு உகந்த ஒரு காரணத்தைச் சுட்டிக் காட்டிவிட்டால் போதும். யாருக்கும் சந்தேகம் வராது’ என்று மேற்படி நிறுவனம் சகோதர நிறுவனங்களுக்குப் பகுதி நேரக் கெட்ட வகுப்பு எடுக்கத் தொடங்கியது.

விளைவு, பாராகவன் புதிதாக எழுத ஆரம்பித்த நிறுவனங்களும் சம்பள இழுத்தடிப்புக்கு இலக்கியத்தரமான காரணங்களை மாதம் ஒன்றாக உற்பத்தி செய்து வெளியிட்டுக் கொண்டே இருந்தன.

ஒரு புறம் எழுதிக்கொண்டேவும் இன்னொரு புறம் வருமானமே இல்லாமலும் மாதங்கள் ஓட ஆரம்பித்தபோது அவனது நோபல் பரிசு சார்ந்த கனவுகள் பின்னுக்குச் சென்று, யதார்த்த பதார்த்த சின்னக் கவலைகள் அவனை மெல்லத் தின்ன ஆரம்பித்தன.

'வெட்டி வேலதான செய்யற? மாவு மிஷினுக்குப் போயிட்டு வந்திடுறியா?'

பரவாயில்லை. வெட்டி என்றாலும் வேலை என்று ஒப்புக்கொள்ளும் பரந்த மனம் உள்ள பத்தினி என்று நினைத்துக்கொண்டான்.

'வண்டிக்கு பெட்ரோல் போடணும். அப்படியே ரெண்டு தேங்கா, ஒரு கட்டு கீரை, ஒரு அப்பள பேக்கட் வேணும்.'

'இல்ல.. —— தீபாவளி மலருக்கு ஒரு கதை கேட்டிருக்காங்க. நாளைக்கு லாஸ்ட் டேட்...'

'ஆகஸ்டுல முடிஞ்ச தொடருக்கு இன்னும் ரெண்டு மாச பேமெண்ட் பாக்கி. அத எப்ப தருவாங்கன்னு கேளு. அது வந்தா கத எழுது. இல்லனா போய் அழுகாத தேங்கா ரெண்டு வாங்கிட்டு வா.'

இவ்வாறாக அவனது இல்லறம் புதுவிதமாகச் சிறக்கத் தொடங்கியபோது உண்மையிலேயே அவன் தனது நோபல் பரிசுக்குகந்த நாவலை மறந்துவிட்டிருந்தான். தினமும் காலை எழுந்ததும் மனைவி கேட்டாலும் கேட்காவிட்டாலும் 'கடைக்குப் போக வேண்டுமா? காய்கறி ஏதேனும் வேண்டுமா? வண்டிக்கு பஞ்சர் போட வேண்டுமா? வீடு பெருக்கி மாப் போட வேண்டுமா?' என்று நாலைந்து இரண்டு மதிப்பெண்

வினாக்களைக் கேட்டுவிட்டு நடைப் பயிற்சிக்குச் செல்வான்.

வளமான சம்பள பாக்கி வைத்திருக்கும் நிறுவனங்களின் தயாரிப்பு நிர்வாகிகளுக்கு நடக்கும்போதே போன் செய்து நல்ல விதமாகவும் கெட்ட விதமாகவும் சம்பளத்தை நினைவுபடுத்துவான். ‘இன்னிக்கு பதினொரு மணிக்குள்ள பேமெண்ட் வரலன்னா மதியத்துக்கு சீன் வராது சார். சொல்லிடுங்க’ என்று சொல்லிவிட்டு போனை கட் செய்துவிடுவான்.

இதனாலெல்லாம் அவர்கள் பதறிப் போய் சம்பளம் போட்டுவிடுவார்களா என்றால் கிடையாது. வாழ்வில் பல நூறு பாராகவன்களைப் பார்த்திருக்கும் தயாரிப்பு நிர்வாகிகள் மாலை வரை போன் செய்யவே மாட்டார்கள். மக்கு மட சாம்பிராணியான நமது கதாநாயகனோ, ஒருவேளை நம்மைத் தூக்கிவிட்டார்களோ என்று பதறியடித்துக்கொண்டு அடுத்த நாள் காட்சிகளையும் சேர்த்து அன்றே எழுதி அனுப்பிவிட்டு, காலை ஒன்றுமே நடக்காதது போல, ‘அப்றம் சார்? இன்னிக்கு யூனிட் பொங்கல்ல எத்தன லோடு கல்லு?’ என்று கேட்பான்.

இவ்வளவுக்குப் பிறகும் யாரும் அவனது சம்பள பாக்கியைத் தீர்க்கிற வழியாக இல்லை. வெறுத்துப் போன பாராகவன், கடவுளிடம் பாரத்தைப் போட்டுவிடுவது என்று முடிவு செய்தான். குடும்பத்தோடு ஒரு நாள் நவக்கிரகத் தலங்களுக்கு யாத்திரை புறப்பட்டான்.

அப்போது அவனைப் பிடித்து ஆட்டிக்கொண்டிருந்த கிரகஸ்தர், குரு பகவான் ஆவார். அவர் எப்போதுமே ஆட்டிக்கொண்டிருப்பவர்தான் என்றாலும் அந்தக் குறிப்பிட்ட காலக் கட்டத்தில்

சற்று அதிகமாகவே தானும் ஆடி, அவனையும் ஆட்டுவித்துக்கொண்டிருந்தார். சரி, நேரில் போய்ப் பார்த்து அப்பா தாயே என்று காலைத் தொட்டுக் கும்பிட்டுவிட்டு வந்தாலாவது என்னவாவது நல்லது செய்துவிட மாட்டாரா என்ற நப்பாசையில்தான் பாராகவன் புறப்பட்டான்.

கும்பகோணத்தை அடுத்த ஆலங்குடி ஒரு குரு ஸ்தலம். அங்கே செல்வதுதான் அவனது நோக்கம். இதர சீடர் தலங்களுக்கெல்லாம் சென்றுவிட்டு அவன் குரு ஸ்தலத்தை நெருங்கும்போது அவனுக்கு ஒரு போன் வந்தது.

எதிர்முனையில் குருவேதான் பேசினார்.

கந்தாயம் பத்து

உலக சரித்திரத்தில், எந்த தேசத்திலும் எந்தக் கலைஞனுக்கும் நடந்திருக்க முடியாத பெருங்கொடுமை அது. ஒருவேளை, பாராகவனைத் தவிர இன்னொருவருக்கு அது நடந்திருக்குமானால் மிக நிச்சயமாக அந்நபரை அவரது மனைவியானவர் படுகொலை செய்திருப்பார். ஆகக் குறைந்த பட்சம், விவாகரத்தாவது செய்திருப்பார். சுற்றி வளைத்து என்ன ஆகப்போகிறது? சம்பவம் இவ்வாறாக அன்று நடந்தேறியது:-

குருவின் தலமான ஆலங்குடிக்குத் தனது மனைவி மகளுடன் பாராகவன் போய்ச் சேர்ந்தபோது நேரம் சரியாகப் பதினொன்றே கால். தரையில் கால் வைத்தால், பாதம் பப்படமாகிவிடும் அளவுக்கு வெயில். தவிரவும் கூட்டம், கசகசப்பு. சரி, குரு தன்னை மட்டும் சோதிப்பதில்லை; நாட்டில் நிறையப் பேர் சிக்கல் சிங்காரவேலர்களாகத்தான் இருக்கிறார்கள் என்று பாராகவன் சிறிது மகிழ்ச்சி கொண்ட தருணத்தில்தான் அந்தத் தொலைபேசி அழைப்பு வந்தது.

அழைத்தவர், ஓர் இயக்குநர்.

‘குரு, வீட்ல இருக்கிங்களா?’ என்று ஆரம்பித்தார்.

குரு தன் வீட்டில் அடக்க ஒடுக்கமாக இருந்திருந்தால் அவன் ஏன் இப்படி வேகாத வெயிலில் நாலு மாவட்டம் தாண்டி வந்திருக்கப் போகிறான்? ஒன்றும் காட்டிக்கொள்ளாமல், ‘சொல்லுங்க’ என்றான்.

‘ஒரு சின்ன பிரச்னை. ——— இன்னிக்கு வரலை. போட்டிருந்த ஷெட்யூல்படி ஷூட் பண்ண முடியாது.’

‘அதுக்கு?’

‘ஒரே ஒரு சீன் மட்டும் புதுசா எழுதிக் குடுத்திங்கன்னா போதும். ஈவ்னிங் வரைக்கும் ஓடிரும்.’

ஒரு சீனானது மதியம் தொடங்கி, மாலை வரை ஓட வேண்டுமென்றால் குறைந்த பட்சம் அது அரைக் கிலோ எடை கொண்டதாக இருக்கவேண்டும். ஆலங்குடி அப்பனை தரிசித்துவிட்டுக் கும்பகோணம் ஓட்டல் அறைக்குத் திரும்பிய பிறகு எழுத ஆரம்பிப்பதென்றால் அதற்குள் மாலையில் பாதி வந்திருக்கும். என்ன செய்யலாம்?

‘கொஞ்சம் பாருங்க ப்ளீஸ். ஷூட்டிங் நிக்குதுன்னு தெரிஞ்சா ப்ரொட்யூசர் டென்சன் ஆயிருவாரு. ஒவ்வொரு பக்கமா அனுப்புங்க. நான் மேனேஜ் பண்ணிக்கறேன்.’

ஒவ்வொரு பக்கமாக அனுப்பினால் இயக்குநர் மேனேஜ் செய்து கொள்வார். ஆனால் மாலை வரை மேனேஜ் செய்யத் தேவையான ஆகக் குறைந்து முப்பது பக்கங்களை எழுதி முடிக்கும் வரை பாராகவனின் தர்ம பத்தினியை எப்படி

மேனேஜ் செய்வது? வேறு ஏதாவது முன்னர் எழுதி எடுக்காதிருக்கும் காட்சி இருக்குமானால் அதை வைத்து சமாளிக்க முடியாதா என்று கேட்டுப் பார்த்தான். வழியில்லை என்று இயக்குநர் சொன்னார். கோயிலுக்கு வந்திருக்கிறேன் என்றும் சொன்னான். ஷூட்டிங் நிக்குது சார் என்று அவர் பதிலுக்குச் சொன்னார். இதை அந்தக் குறிப்பிட்ட நடிகையிடம் எடுத்துச் சொல்லி பேசிப் பார்க்கலாமே என்று சொல்ல நினைத்து, நிறுத்திக்கொண்டான். நாலு பைசாவுக்குப் பயனற்ற வெற்று உரையாடலாகத்தான் நீளும். அப்போதும் இறுதியில் அவன்தான் எழுதி அனுப்ப வேண்டியிருக்கும்.

எனவே வேறு வழியின்றி, தனது பத்தினி தெய்வத்தையே தாள் பணிந்தான். உலக வரலாற்றில் முதல் முறையாக அந்தச் சம்பவம் அன்று நடந்தது. ஆலங்குடி குருபகவான்கோயில்வாசலில்ஒருஓரமாக, பிச்சைக்காரர்களுக்கும் சிறு வியாபாரிகளுக்கும் சமமாக உட்கார்ந்து, உணர்ச்சிகரமான ஒரு நீண்ட துவந்த யுத்தக் காட்சியை எழுதத் தொடங்கினான். கோயில் நடை சாத்தும் நேரம் நெருங்கியபோது அதே காட்சி அவனுக்கும் அவனது மனைவிக்கும் இடையே இன்னும் தத்ரூபமாக நடைபெற ஆரம்பித்தது.

ஒருவாறாக சமாளித்து எழுதி முடித்து அனுப்பிவிட்டு கோயிலுக்குள் ஓடினான். ஆகச் சிறந்த சிவனடியார்கள்கூட அவ்வளவு பக்திப் பரவசம் பீறிட்டுக் கோயிலுக்குள் ஓட மாட்டார்கள். அன்றைக்கு மட்டும் அவன் கோயிலுக்குள்ளே செல்வதற்குள் நடை சாத்தியிருந்தால் அவன் கதை கந்தலாகியிருக்கும். சரி ஒழிகிறது, எல்லாம் குருவின் லீலை. குரு படுத்தும் பாடுகள் அனைத்தும் அவனது கோயில் வாசலில் எழுதிய காட்சியுடன்

தீர்ந்துவிடும் என்று தனக்குத்தானே சமாதானம் சொல்லிக்கொண்டான்.

அவன் நம்பிக்கை முற்றிலும் மோசம் போனது என்று சொல்லிவிட முடியாது. குரு சிறிது நல்லவரே ஆவார். அவரால் பாராகவனின் நோபல் பரிசு நாவலுக்குத்தான் உதவி செய்ய முடியவில்லையே தவிர வராத சம்பள பாக்கிகளில் ஒரு பகுதியை வரவழைத்துக் கொடுக்கவே செய்தார். அது அவனது உள்ளக் கொதிப்பில் குறிப்பிட்ட சதவீதத்தைத் தணித்தது. ஆனால் ஏக்கம் இல்லாமல் இல்லை. துக்கம் தீருவதாகவும் இல்லை. ஒரு நாவல். சந்தேகத்துக்கு இடமின்றி அது உலகத் தரமானது. இந்த உலகில் இன்னொருவனுக்கு நடந்திருக்கவே முடியாதது. முற்றிலும் சொந்த அனுபவம் சார்ந்தது. உட்கார்ந்து எழுத ஆரம்பித்தால் ஒரு வருடத்தில் எழுதி முடித்துவிட முடியும். ஆனால் ஒரு வருடம் சாப்பிடாமல் இருக்க முடியுமா?

ஒரு நாள் அவன் மனைவி நல்ல மூடில் இருந்தபோது கப்பென்று பிடித்துக்கொண்டு மேற்படி ஏக்கத்தைத் தகுந்த சொற்களில், சரியான தொனியில் வெளிப்படுத்தினான். அதாவது, வருமானம் முக்கியம். அந்தப் பொறுப்பும் கடமையும் அவனுக்கு இருக்கிறது. அதே சமயம் லட்சியம் என்ற ஒரு கிருமி புத்திக்குள் ஏறி உட்கார்ந்து ஆட்டிப் படைக்கிறது. அதை இறக்கி வைத்துவிட்டால் பிரச்னை தீர்ந்துவிடும். ஒரு நோபல் பரிசு என்பது வெறும் இலக்கிய கௌரவம் மட்டுமல்ல. பதினொரு லட்சத்து நாற்பத்து ஐயாயிரம் அமெரிக்க டாலர்களை நிகர்த்த ஸ்வீடிஷ் கரன்சியை உள்ளடக்கியது. தவிரவும் பதினெட்டு காரட் தங்கத்தால் செய்த மெடல் ஒன்று கொடுப்பார்கள். அது தனியே சிலபல லட்சங்கள்

மதிப்புக் கொண்டது. பாராகவன் படித்து வாங்க முடியாத ஒரு டிப்ளமோ சான்றிதழும் கிடைக்கும். சுருக்கமாகச் சொல்வதென்றால் வாழ்வில் அதற்குப் பிறகு பத்திரிகை வேலை பார்த்தோ, சீரியல் எழுதியோ சீரழியவே அவசியம் இருக்காது. உலகம் முழுவதிலும் இருந்து பல்கலைக் கழகங்கள் கூப்பிட்டுக்கொண்டே இருக்கும். வாரம் ஒரு தேசத்துக்கு வருகை தரு பேராசிரியராகப் பறக்கலாம். *(ப்றாண நாதி! மிக நிச்சயமாக உன்னை உடன் அழைத்துக்கொண்டுதான் செல்வேன்!)* மாபெரும் சபைகளில் கால் வலிக்க வலிக்க நடந்து பழகலாம். காலக்கிரமத்தில் மண்டையைப் போட்டால் பிரதமர் முதல் முதல்வர் வரை வீடு தேடி வந்து அஞ்சலி செலுத்திவிட்டுப் போவார்கள். பாராகவன் ஒரு தமிழ் எழுத்தாளர் ஆவார் என்று தொடங்கி தினத்தந்தியில் செய்திக் குறிப்பு வரும். உயிர்மை அட்டைப்படத்தில் ஒரு சிறிய போட்டோ வைத்து, உள்ளே மனுஷ்யபுத்திரன் தலையங்கம் எழுதுவார்.

சரோஜ் நாராயண்சுவாமி செய்தி வாசிக்கும் தொனியில் பாராகவன் மேற்படி விவரங்களைத் தன் மனைவிக்குச் சொல்லிவிட்டு, 'சரி வேலைய பாக்கப் போறேன்' என்று எழுந்து சென்றான். அதாவது, ஒரு பெரும் ஏக்கம் இருக்கிறது. ஆனால் அதனை வெளிப்படுத்த விரும்பவில்லை. ஏனென்றால் எனக்குக் குடும்பம் முக்கியம். வருமானம் முக்கியம். லட்சியமெல்லாம் பிற்பாடு பார்த்துக்கொள்ளலாம்.

நியாயமாக நமது கதாநாயகன் சீரியலில் நடிக்கச் சென்றிருக்க வேண்டியவன். தவறி, எழுதப் போய்விட்டான். இருக்கட்டும். பிறகு நடந்ததைப் பாருங்கள்.

அவன் பேசிவிட்டுச் சென்ற பின்பு அவனது மனைவியானவள் நெடுநேரம் யோசித்தாள். நடுவே

எட்டாம் நம்பர் வீட்டு அங்கிளாண்டி சிறிது நேரம் வந்து ஏதோ பேசிக்கொண்டிருந்ததைப் பாராகவன் தனது அறைக்குள் இருந்தவாறே கவனித்தான். அவன் உள்ளேதான் இருக்கிறானா என்று அங்கிள் கேட்டதும், தீவிரமாக எழுதிக்கொண்டிருக்கிறான் என்று அவன் மனைவி பதில் சொன்னதும் காதில் விழுந்தது. எனவே அவன் தீவிரமாக எழுத ஆரம்பித்தான்.

சுமார் ஒரு மணி நேரத்துக்குப் பிறகு பத்தினி தெய்வம் அறைக்கதவைத் திறந்துகொண்டு உள்ளே வந்தது.

'யோசிச்சேன். ஒண்ணு சொல்லவா?'

'இரு. இந்த சீன முடிச்சிட்டு வந்திடுறேன்.'

'பரவால்ல. ஒரே நிமிஷம். சொல்லிட்டுப் போயிடுறேன்.'

'சரி சொல்லு' என்று அவன் லேப்டாப்பை மூடிவிட்டு நிமிர்ந்தான்.

'உனக்கு எத்தன மாசமா சம்பளம் வரல?'

'ஏன் கேக்கற? இப்ப ரெண்டு மாச பேமெண்ட் வந்திருச்சே.'

'நான் அத கேக்கல. எத்தன மாசம் வராம இருந்தது?'

'இருக்கும் ஒரு அஞ்சு மாசம்.'

'அஞ்சு மாசமும் மூணு வேளை சாப்ட்டுகிட்டுத்தானே இருந்தோம்?'

'அதனால?'

'நாவலையே நினைச்சிக்கிட்டு எதுக்கு இத கட்டிக்கிட்டு அழறே? விட்டுட்டு அத எழுதித்தான் பாரேன்.'

பாராகவன் திகைத்துப் போனான். நிஜமாவா சொல்ற என்று திரும்பத் திரும்பக் கேட்டு உறுதி செய்துகொண்டான்.

‘நானும் பாக்கறேன், கல்யாணம் ஆனதுலேருந்து இதையேதான் சொல்லிட்டிருக்க. ஒரு நாவல்தானே? எழுதினா நோபல் கன்ஃபர்மா வந்துடும் இல்ல?’

‘நோ டவுட்.’

‘நோபல் இல்லன்னா ஒரு ஞானபீடம், சாகித்ய அகடமியாவது தந்துருவாங்கல்ல?’

கலைமாமணியாவது வாங்கி அவள் காலடியில் சமர்ப்பித்தே தீருவது என்று அந்தக் கணம் வீர சபதம் செய்தான்.

‘அப்ப நோபல் வராதா?’

‘சேச்சே. சும்மா சொன்னேன். கண்டிப்பா நோபல் கிடைச்சிரும். ரொம்ப யுனிக் ப்ளாட். என்னைத் தவிர இன்னொருத்தனால எழுதவே முடியாத நாவல். முழுக்க முழுக்க சொந்த அனுபவம்.’

சில வினாடிகள் அமைதியாக யோசித்தாள். பிறகு, ‘சரி. அன்னிக்கு சொன்னதையே இப்பவும் சொல்றேன். கதைய எனக்கு சொல்லு. ஓகேன்னு தோணிச்சின்னா எஸ் சொல்லிடுவேன். அதுக்கப்பறம் நீ எழுதி முடிக்கற வரைக்கும் வீட்ட பாத்துக்க வேண்டியது என் பொறுப்பு. நிச்சயமா பைசா கேக்க மாட்டேன். எப்டியோ சமாளிச்சி குடும்பத்த நடத்தறேன். நீ கவலைப்பட வேண்டாம்.’

யாருக்குக் கிடைப்பாள் இப்படி ஒரு பெண்டாட்டி? பாராகவன் நியாயமாக அவள் காலில் விழுந்திருக்க வேண்டும். ஆனால் கவலையில் துவண்டு போனான்.

‘என்ன பதில் சொல்ல மாட்டேன்ற?’

‘இந்தக் கதைய மட்டும் கேக்காதயேன். எழுதிட்டு மொத்தமா கைல குடுத்துடுறேன்.’

‘அதெல்லாம் முடியாது. சொந்தக் கதைன்னுதானே சொன்ன? அப்ப சொல்றதுக்கு என்ன?’

சொன்னால் விவாகரத்து உறுதி என்பதை எப்படிச் சொல்ல முடியும்?

கந்தாயம் பதினொன்று

உலக இலக்கியம் படைப்பது என்பது பேஜாரான காரியம். நம்மிடம் சரக்கு இருக்கிறதா, சரியாக எழுதத் தெரியுமா, எண்ணம்-மொழி-தொனி-கடுகு-சீரக வகையறாக்கள் சரியாக இருக்கிறதா என்பதல்ல முக்கியம். எந்தப் பெருஞ்செயலும் ஒரு குடும்பஸ்தனால் நிகழவே செய்யாது என்று பாராகவன் தீர்மானமான முடிவுக்கு வந்திருந்தான். மனத்துக்கு திட்டவட்டமான துறவற ஒழுக்கம் தேவைப்பட்டுவிடுகிறது. செயல் ஒன்றைத் தவிர வேறெதிலும் பற்றற்ற சிந்தை. அதனினும் முக்கியம் இடுப்புப் பெருச்சாளியாக அதை ஒருவர் உடன் இருந்து விமரிசித்துக்கொண்டே இல்லாதிருப்பது.

பாராகவனின் தர்ம பத்தினி, திருமணமான புதிதிலேயே அவனிடம் ஒரு வினாவை முன் வைத்திருந்தாள். 'நீ எழுத்தாளன்தான் என்று ஏன் என்னிடம் சொல்லவேயில்லை? நீ ஒரு பத்திரிகையாளன் என்று சொல்லித்தான் உன்னை எனக்குக் கல்யாணம் செய்து வைத்தார்கள்.'

ஒரு மனிதனின் புற அடையாளம் எவ்வளவு பெரிய துர்ச்சேவை ஆற்றுகிறது பார்த்தீர்களா? ஒரு பத்திரிகையாளன் பரிணாம வளர்ச்சியில் எழுத்தாளனாகத் தன்னை உணரக்கூடாதா? அல்லது இரண்டுமாக இருந்துவிட்டுப் போவதில் உள்ள இருப்பியல் இக்கட்டுகள்தாம் என்ன?

ஆனால் இப்போது எதுவும் பேசி விடுவதற்கில்லை. ஒழிகிறது சனியன் என்று ஓர் உலக இலக்கியம் படைப்பதற்கு வாய்ப்புத் தருகிறாள் பரதேவதை. சீரியல் எழுதிச் சீரழிய வேண்டாம். வருமானம் குறித்துக் கவலை கொள்ள வேண்டாம். அந்தக் கொலம்பியக் கோமானுக்கு அவனது பத்தினி தெய்வம் சொன்னதைப் போலவேதான் பாராகவனின் சிறந்த பாதியும் சொல்கிறது. நீ எழுதி முடி. அது வரை குடும்பத்தை நான் பார்த்துக்கொள்கிறேன்.

நல்ல டீலிங்தான். நாளையே உட்கார்ந்துவிட முடியும். ஆனால் கதைச் சுருக்கம் சொல்லி சம்மதம் வாங்க வேண்டும் என்கிற நிபந்தனை ஒன்று உள்ளது. அதுதான் பேஜார்.

'உனக்கு நடந்ததைத்தானே எழுதப் போற? அப்ப சொல்றதுல என்ன இருக்கு?' என்றது பிரத்தியட்ச தேவதை.

நியாயமான வினா என்றே உங்களுக்கும் தோன்றக் கூடும். ஆனால் நமது கதாநாயகனின் பிரச்னை வேறு. அதை அவனது பத்தினியிடம் சொல்ல முடியாது. உங்களுக்குச் சொல்கிறேன்.

உத்தியோகம் என்ற ஒன்று அகப்பட்டதும் அவனுக்கு அவனது பெற்றோர் திருமணம் என்ற ஒன்றைச் செய்து வைத்தது பற்றியும் அவ்வயதுக்கே உரிய பாதி வெந்த

பக்குவத்தில் அவனும் அதை மட்டற்ற மகிழ்ச்சியுடன் ஏற்றுக்கொண்டு விட்டது குறித்தும் இக்காவியத்தின் முதற் பகுதியில் கண்டோம். ஆனால் அக்கட்டம் அவன் வாழ்வில் வருவதற்கு முன்னால் அவன் வேறொரு பெரு முயற்சியில் ஈடுபட்டிருந்தான்.

கடவுளைப் பார்த்துவிடுவது.

பரீட்சைத் தோல்விகள், வாழ்வின் சகல விதமான முயற்சிகளிலும் உண்டான சறுக்கல்கள், உலகில் வாழும் அனைத்து ஜீவராசிகளுக்கும் எளிதாகவே அமைந்துவிடும் எதுவும் தனக்கு மலையைப் புரட்டும் காரியமாக மட்டுமே சிக்குகிற அவலம் தந்த மன உளைச்சல், அனைத்துக்கும் மேலாகத் தான் ஒரு பெரிய சைபர் என்கிற தெளிவு.

கடவுள் என்று ஒருவன் உண்மையில் இருப்பானேயானால் அவனைத் தேடிப் போய்ப் பார்த்து நாலு வார்த்தை விசாரித்துவிட்டு வர வேண்டும் என்று அவன் நெடுங்காலமாக நினைத்துக்கொண்டிருந்தான். தேர்வுத் தோல்விகளும் எதிர்காலம் குறித்த அச்சமும் அதற்கு ஒரு வாய்ப்பை உண்டாக்கித் தரவே, ஊருக்கும் யாருக்கும் தொந்தரவில்லாமல் ரிஷிகேசத்துக்குச் சென்று ஒரு சன்னியாசியாகி, தரும சத்திரங்களில் சப்பாத்தியும் பருப்புக் கூட்டும் சாப்பிட்டுக்கொண்டு மிச்ச காலத்தைக் கழித்துவிட முடிவு செய்தான். ஒரே பிரச்னை, இமயமலைப் பிராந்தியங்களின் குளிர். அது பழகும் வரை போட்டுக்கொள்ள ஸ்வெட்டர், ஜெர்க்கின் போன்றவையும் போர்த்திக்கொள்ள நல்ல கனமான கம்பளியும் தேவைப்படலாம். ஒதுங்க ஓரிடம் பிடிப்பது வரைதான் பாடு. நல்லதொரு குருநாதர் கிடைத்து, ஆசிரமத்தில் அட்மிஷன்

போட்டுவிட்டால் தங்குமிடச் சிக்கலும் இல்லாமல் போய்விடும்.

ஆனால் இதெல்லாம் நடக்கும் வரை தாக்குப் பிடிப்பதுதான் சவால். அதையும் பார்த்துவிடலாம் என்று முடிவு செய்து புறப்பட்டான்.

பாராகவனின் நாவல் புறப்படுகிற புள்ளியும் இதுதான். மேற்படி தீர்த்த அல்லது தீராத யாத்திரையில் அவன் நானாவித காஷாயதாரிகளைச் சந்திக்க நேர்ந்தது. ஒருவர் இருவரல்லர். மிகப் பலர். அவர்களுள் பெரும்பாலானவர்கள் பரம அயோக்கியர்களாக இருந்தார்கள். அதெப்படி எல்லா கபடவேடதாரிகளும் தன்னைப் போலவே சிந்தித்துச் செயலாற்றுபவர்களாக இருக்கிறார்கள் என்று பாராகவன் தீராத வியப்புக் கொண்டான். குளிக்காத அயோக்கியர்கள் தாதாக்களாகிறார்கள். குளித்த அயோக்கியர்கள் சாமியார்களாகிறார்கள் என்ற முதல் தெளிவு அவனுக்கு அப்போது கிடைத்தது.

அந்தப் பயணத்தில் அவன் சந்தித்த காஷாயதாரிகளுள் ஒரு குறிப்பிட்ட ஜீவாத்மா மிகவும் முக்கியமானவன். அவன் பெயரைக் குறிப்பிடுவதை நம் கதாநாயகன் அநேகமாக விரும்ப மாட்டான் என்று நினைக்கிறேன். பரவாயில்லை. பெயரில் என்ன இருக்கிறது? ஆனால் அவன் ஒரு சில்லறை மாந்திரீகன்.

அருணாசல பிரதேசத்தின் சியோமி மாவட்டத்தில் உள்ள டடோ என்ற இரண்டுங்கெட்டான் நகரத்தில் பாராகவன் அவனைச் சந்தித்தான். கனத்த குளிர் காலம். தவிர இரவெல்லாம் கொட்டு கொட்டென்று பேய் மழை அடித்துப் புரட்டிக்கொண்டிருந்த சமயம். ஒதுங்க ஓரிடம் இல்லாமல் பேருந்து நிலையத்திலும் லாரிகளின் அடியிலும் பள்ளிக்கூட வராண்டாவிலும்

மாறி மாறி ஒதுங்கிக் கிடந்து, பாராகவன் தன்னைப் புடம் போட்டுக்கொண்டிருந்தபோது அந்தப் பிரகஸ்பதி அவனிடம் வந்து சேர்ந்தான்.

‘சுருட்டு இருக்கிறதா?’

‘இல்லை. எனக்குப் பழக்கமில்லை.’

‘அப்ப உன் பாக்கெட்டில் இருப்பது என்ன?’ என்று அவன் சுட்டிக் காட்டவே பாராகவன் குழப்பமுடன் தன் சட்டை பாக்கெட்டில் கைவிட்டுப் பார்த்தான். ஒரு சுருட்டு இருந்தது. இது முதல் அதிர்ச்சி என்றால், மொத்த தேகமும் நனைந்து அவனே ஓர் உரித்த கோழிபோலத்தான் கிடந்தான். ஈரச் சட்டையைக் கழட்டிவிடலாமா என்று யோசித்துக்கொண்டிருந்த சமயத்தில்தான் அந்தப் பரதேசி அவனிடம் வந்திருந்தான். இப்போது என்னடாவென்றால் ஈரச் சட்டையின் ஈர பாக்கெட்டுக்குள் துளி ஈரமும் படாத ஒரு முழுச் சுருட்டு!

எப்படி இருக்கிறது கதை?

நெடுநேரம் அவன் அந்த விளையாட்டைத் தொடர வில்லை. கருணை கொண்ட ஒரு சத்குருநாதரின் தோரணையுடன் பாராகவனிடம் தன்னை வெளிப்படுத்திக்கொண்டான். அவன் ஒரு காளி உபாசகன். காளிகா புராணத்தில் உள்ள ஒன்பதாயிரம் செய்யுள்களையும் பாராயணம் செய்து ஒரு குருவிடம் மந்திரோபதேசம் பெற்றுப் பயிற்சிகள் செய்து சித்து கைவரப் பெற்றதாகச் சொன்னான். பாராகவன் அசந்து போனான்.

குருவை நீ தேடிப் போக முடியாது. தகுதி இருந்தால் குரு உன்னை நாடி வருவார் என்ற முன்னோர் சொல்தான் எவ்வளவு உண்மை!

கண்ணீர் மல்க பாராகவன் அவனது கரங்களைப் பிடித்துக்கொண்டு தன்னைத் தடுத்தாட்கொள்ளச் சொல்லிக் கேட்டான். அவனோ, அங்கே அவர்கள் நின்றுகொண்டிருந்த பேருந்து நிறுத்தத்துக்கு எதிர்ப்புறம் இருந்தசாராயக்கடையைச்சுட்டிக்காட்டி, ஒரு புட்டி சாராயம் எடுத்து வரும்படிச் சொன்னான்.

'பணம்?'

'அதெல்லாம் வேண்டாம். நீ போய் எடு. அவன் பணம் கேட்க மாட்டான்.'

'எடுப்பதா? கேட்பதா?'

'எடு.'

அவன் திரும்பவும் அதையேதான் சொன்னான்.

பாராகவனுக்குக் குழப்பமாக இருந்தது. அவன் ஒரு அயோக்கியன்தான். அதில் சந்தேகமில்லை. ஆனால் திருட்டு வரை சென்றதில்லை. தவிர, ஒரு சாராயக் கடையின் உட்புறத் தோற்றம் எப்படி இருக்கும் என்றுகூட அவனுக்குத் தெரியாது. காரணம், அவன் குடிப்பதில்லை. உள்ளே சென்று ஒரு புட்டியை எடுத்து வருவது என்றால் என்ன?

'தெரியாமல் எடுத்து வந்தால்தான் திருட்டு. நீ எல்லோரும் பார்க்க எடுத்து வரப் போகிறாய். போ' என்று அந்தக் காளி உபாசகன் சொன்னான்.

'எப்படி விடுவார்கள்?'

'நீ போய் முதலில் எடு. இங்கே நின்று சிந்தித்துக்கொண்டிராதே.'

சரி. குருநாதர் ஏதோ பரீட்சை வைக்கிறார். ஃபெயில் ஆகாமல் அவரே காப்பார் என்று எண்ணிக்கொண்டு பாராகவன் அந்த சாராயக் கடையை நோக்கிச் சென்றான்.

அது ஒரு சிறிய குடிசை. எல் வடிவில் இரண்டு பெஞ்சுகள் போடப்பட்டு நான்கு பேர் மட்டும் அமர்ந்து குடித்துக்கொண்டிருந்தார்கள். எதிர்ப்புற கல்லாவுக்கு அருகே ஒரு டேபிள் இருந்தது. அதன்மீது ஏழெட்டு சாராய புட்டிகள் இருந்தன. அரை அடி உயரத்தில், மூடியில்லாத ஒரு தகர டின்னில் ஊறுகாய் வைத்திருந்தார்கள்.

பாராகவன் தயங்கித் தயங்கி உள்ளே சென்றபோது கல்லாவில் இருந்த இளைஞன் யாரையோ அழைத்தபடி எழுந்து போனான். அப்போதுதான் அந்தச் சிறிய குடிசைக்குள்ளே இன்னும் சிறிதாக இன்னொரு அறை இருந்ததைப் பாராகவன் கவனித்தான். சரக்கு சேகரம் இருக்கும் இடமாக இருக்கும் என்று எண்ணிக்கொண்டான். சுற்றுமுற்றும் பார்த்தான். குடித்துக்கொண்டிருந்த யாரும் அவனை கவனிக்கவில்லை. அவர்களுக்குள் பேச்சு வார்த்தையும் இருக்கவில்லை. ஒவ்வொருவரும் ஒரு கடமையே போலக் குடித்துக்கொண்டும் ஊறுகாயை நக்கிக்கொண்டும் இருந்தார்கள்.

நடுங்கியபடியே பாராகவன் ஒரு சாராய புட்டியை எடுத்தான். பயத்தில் தலை சுற்றியது. வேகமாக வெளியே ஓடிவிட வேண்டும் என்று நினைத்தவன், குருநாதர் ஊறுகாய் இல்லாமல் எப்படிக் குடிப்பார் என்று நினைத்து தகர டின்னில் கையைவிட்டுச் சிறிது வழித்து எடுத்துக்கொண்டு அவசரமாக வெளியேறினான்.

வெற்றி. யாரும் பார்க்கவில்லை. ஏதும் கேட்கவில்லை. இனியும் மாட்டிக்கொள்ளாமல் இருப்பதற்கு, குருநாதரையும் அழைத்துக்கொண்டு அங்கிருந்து சென்றுவிடுவதுதான் ஒரே வழி.

மூச்சிறைக்க சாலையைக் கடந்து குருநாதரை நெருங்கி வெற்றிக் கோப்பையை நீட்டினான்.

'யாரும் எதும் கேக்கல இல்ல?'

'இல்ல. யாரும் பாக்கக்கூட இல்ல. நான் உள்ள போனதும் கல்லாவுல இருந்தவன் எழுந்து உள்ள போனான்.'

'அவ்ளதான். அங்க பாரு' என்று வேறொரு திசையில் சுட்டிக் காட்டினார் குரு.

அங்கே அவனைப் போலவே ஒரு பெண் மழைக்கு ஒதுங்கி, ஒரு கடை வாசலில் படுத்திருந்தாள்.

'என்ன?'

'போய் அவள கூட்டிட்டு வா.'

'எங்க?'

'இங்கதான்.'

'எதுக்கு?'

'சரக்கு கொண்டாந்துட்ட. சைட் டிஷ் வேணாவா?' என்றார் குருதேவர்.

பாராகவன் அபத்தமாகத் தன் கையில் வழித்து வந்த ஊறுகாயை இப்போது அவர்முன் நீட்ட, குரு அவன் கையை அப்படியே தன் வாயருகே எடுத்துச் சென்று நாக்கை நீட்டி மொத்தமாக நக்கித் தின்றார். பிறகு, 'இப்ப போய் கூட்டிட்டு வா' என்று சொன்னார்.

இதெல்லாம் காளிகா புராணம் பாராயணம் செய்தவர் செய்கிற வேலையா? பாராகவனால் நம்பவே முடியவில்லை. குருட்டு தைரியத்தில் சாராய புட்டியை வேண்டுமானால் திருடிக் கொண்டு வந்திருக்கலாம். ஆனால் முன்பின் அறிமுகமில்லாத ஊரில், யாரென்றே தெரியாத ஒரு பெண்ணிடம்

போய் என்ன பேசுவது, எப்படிக் கேட்பது? தவிர, இதெல்லாம் அவன் மனக் கட்டமைப்புக்கு உட்படாத செயல். சரி-தவறு, பாவம்-புண்ணியம் விவகாரத்துக்கே அவன் போக விரும்பவில்லை. இதெல்லாம் வேண்டாத வேலை என்று அவனது சிற்றறிவு எச்சரித்தது.

இந்தக் கதையை இங்கே நிறுத்திக் கொள்வோம். மேற்படி போலி மந்திரவாதியின் பிடியில் சிக்கி சுமார் இருபது நாள்கள் நமது கதாநாயகன் பட்ட பாடுகள் மிகப் பெரிது. அவனது நாவல் (அதாவது உலக இலக்கியம்) அங்கிருந்துதான் ஆரம்பமாகும். தொடர்ந்து பல்வேறு போலிச் சாமியார்களும் நிஜ சாமியார்களும் கதைக்குள் வந்துகொண்டே இருப்பார்கள். ஒவ்வொரு சாமியாருக்கும் ஒன்றுக்கு மேற்பட்ட மாமியார்கள் உண்டு. அவர்களுடன் எல்லாம் கூடிப் பணி செய்ய நேர்ந்த கொலைக் கொடூரங்களை நமது பாராகவன் எப்படித் தன் மனைவியிடம் சொல்ல முடியும்? அதிகபட்சம் அம்மிக் குழவியைத் தலையில் போட்டுக் கொலை செய்வாள். குறைந்த பட்சம் விவாகரத்தாவது நிச்சயம்.

ஒரு பேரிலக்கியத்துக்கான சப்ஜெக்ட் கைவசம் இருந்தும் அதை எழுத முடியாத அவலத்தை எண்ணிப் பாராகவன் உள்ளுக்குள் கதறிக்கொண்டிருந் தான். மனைவியிடம் வேறொரு கதையை அவிழ்த்து விட்டுவிட்டு, இதை எழுதலாம் என்று ஒரு யோசனை வந்தது. ஆனால் அவளை நம்ப முடியாது. அவன் தூங்கும் நேரத்தில் அறைக்குள் வந்து எழுதி வைத்ததை எடுத்துப் படித்துப் பார்த்தாலும் பார்ப்பாள்.

தமிழன் ஏன் உலக இலக்கியம் படைக்க முடிவதில்லை என்று இப்போது புரிகிறதா? சோறு முக்கியம்.

கந்தாயம் பன்னிரண்டு

பாராகவனின் மத்திய அரசு மாமனார் ஒரு நாள் அவன் வீட்டுக்கு வந்தார். தன் மகளை அவனுக்குக் கட்டிக் கொடுக்கலாம் என்று முடிவு செய்வதற்கு முன்பு ஒருவேளை அவர் பாராகவனின் உத்தியோகம், சம்பளம் உள்ளிட்ட இலவுகிக விவகாரங்களைக் குறித்துச் சிந்தித்திருக்கலாம். ஆனால் திருமணம் நடந்த பின்னர் அவனது யோக்கியதை சார்ந்த சிறு ஐயம் கூட அவருக்கு எந்நாளும் எழுந்ததில்லை. அல்லது அவனது யோக்கியதை என்னவென்று தெளிவாக அவர் அறிந்திருக்கலாம். கட்டிக் கொடுத்தாயிற்று. அதற்குமேல் என்ன செய்ய முடியும்?

அவரைப் போல அவனொரு மத்திய அரசு ஊழியனல்லன். ஒரு சுமாரான மாநில அரசு சம்பளம் மற்றும் பின்னாள் பென்ஷன் வாங்கக் கூடியவனா என்றால் அதுவுமில்லை. சரி ஒழிகிறது; கலைஞனாகப் போய்த் தொலைந்துவிட்டான்; மாநில அரசு வருடத்துக்கு நாநூறு பேருக்கு நிறுத்துக் கொடுக்கும் கலைமாமணி உள்ளிட்ட விருது முடிப்புகளுள் ஒன்றேனும் அவனுக்குக் கிடைத்திருக்கிறதா என்றால் அதுவும் கிடையாது.

என்னமோ சீரியலுக்கு எழுதுகிறேன், கதை எழுதுகிறேன், உலக இலக்கியம் படைக்கிறேன் என்று சொல்லிக்கொண்டிருக்கிற ஜந்து. இதெல்லாம் எப்படி உருப்படும்? மகளின் விதி சரியாக இருந்தால் இருக்கிற காலம் வரை சோற்றுக்குச் சிக்கலின்றி இருந்துவிட்டுப் போய்விடட்டும். அதுவும் பிரச்னை என்றால் பழியைத் தூக்கிக் குழியில் போட்டுவிட்டுப் பையை எடுத்துக்கொண்டு போக வேண்டியதுதான்.

தன்னைக் குறித்த தனது மத்திய அரசு மாமனாரின் மதிப்பீட்டுக் குறிப்புகள் இவ்வாறாகத்தான் இருக்க முடியும் என்று பாராகவன் நினைத்திருந்தான். ஆனால், அவனைக் காணவந்த அம்மனிதர் சற்றும் எதிர்பாராதவிதமாக நான்கு குயர் வெள்ளைத் தாள்களையும் இரண்டு புதிய ரெனால்ட்ஸ் பேனாக்களையும் எடுத்து நீட்டினார்.

'நோபல் ப்ரைஸுக்கு நாவல் எழுதப் போறிங்களாமே? வாழ்த்துக்கள். புடிங்க. இதுல ஆரம்பிங்க. ஜோரா வரும்.'

அவனுக்கு என்ன சொல்வதென்றே தெரியவில்லை. உண்மையில் சில வினாடிகள் திகைத்துப் போனான். சுதாரித்துக்கொண்டு ஏதாவது பேச்சை மாற்றிப் பார்க்கலாம் என்று முடிவு செய்து வாய் திறப்பதற்குள், 'என்னிக்கு மாப்ள லாஸ்ட் டேட்டு?' என்றது மத்திய அரசு.

'எதுக்கு?'

'அதான் அந்த நோபலுக்கு.'

மீண்டும் திடுக்கிட்டவன் இம்முறை பேச்சை மாற்றக் கூட வழியில்லை என்பதைக் கண்டுகொண்டு அமைதியாக இருக்க ஆரம்பித்தான்.

‘இல்ல, எதுக்கு சொல்றேன்னா லாஸ்ட் மினிட் வரைக்கும் தள்ளிப் போட்டுக்கிட்டிருக்காம ஒரு நாலஞ்சு நாள் முன்னாடியே அனுப்பிருங்க. கூரியரையெல்லாம் நம்ப வேணாம். என்கிட்ட குடுங்க. நான் அனுப்பிடுறேன். ரிஜிஸ்டர் போஸ்ட் வித் அக்னாலட்ஜ்மெண்ட் ட்யூ. பக்காவா போய் சேந்துரும்.’

இதோடு இலக்கிய உரையாடல் நிறைவடைந்திருந்தால் நன்றாக இருந்திருக்கும். மாமனாரானவர் அடுத்த அணு குண்டைக் கையில் எடுத்தார்.

‘ஏன் மாப்ள, உங்கள மாதிரி எத்தன பேர் இதுக்கு அப்ளை பண்ணுவாங்க?’

‘தெர்ல. இருக்கும் ஒரு நாப்பது அம்பது பேர்.’

‘லிஸ்டுல சுஜாதா இருக்காரா? அந்தாளு நல்லா எழுதுவாரு.’

‘ஓ. படிச்சிருக்கிங்களா?’

‘இல்ல. சொல்லுவாங்க.’

‘நீங்க யாரெல்லாம் படிச்சிருக்கிங்க?’

‘லேனா தமிழ்வாணன் செமையா எழுதுவாரு. ஆனா சிவல்புரி சிங்காரம்தான் நம்ம பேவரிட்டு.’

‘ஓஹோ.’

‘ஆனா நீங்க எழுதுங்க மாப்ள. நோபலுக்கு அனுப்பறதுக்குள்ளாரவே படிச்சிடுறேன்.’

பாராகவன் அவருக்கு நன்றி சொல்லிவிட்டு நான்கு குயர் பேப்பரையும் இரண்டு ரெனால்ட்ஸ்

பேனாக்களையும் வாங்கி உள்ளே வைத்தான். ‘காப்பி சாப்பிடுறிங்களா?’ என்று கேட்டான்.

‘இருக்கட்டும் மாப்ள. அத விடுங்க. நீங்க என்ன எழுதப் போறிங்க? எதோ கதைன்னு அவ சொன்னா. லவ் ஸ்டோரியா? க்ரைம் கதையா? எதுக்கு கேக்கறேன்னா, லவ்வெல்லாம் அவுட் டேட்டட் இப்ப. கொல கதையா இருக்கணும். இல்லன்னா துரோக மேட்டரா இருக்கணும். பரபரன்னு ஓடணும். எங்க ஆபீசுல ஏசி ஒருத்தரு சூசைட் பண்ணிகிட்டாரு. ரீசன் என்னான்னா, அவரு சம்சாரத்துக்கு இன்னொரு தொடர்பு இருந்திருக்குது. அந்தப் பன்னாடையும் இவரும் சின்ன வயசுல ஒண்ணா ஒரே பொண்ண லவ் பண்ணியிருக்காங்க. அவ கல்யாணம் கட்டிக்கிட்டுப் போனப்பறம்தான் இந்தாளு எக்சாம் எழுதி வேலைக்கு சேந்திருக்காரு. இவரு ஸ்டெப் எடுத்துத்தான் அந்தாளுக்கு சென்னைல போஸ்டிங் வாங்கிக் குடுத்ததே. அவன் என்னடான்னா இவரு சம்சாரத்தையே லவட்டிக்கிட்டுப் பூட்டான். அவமானம் தாங்காம ஆளு செத்துட்டான்.’

‘இது எதுக்கு எனக்கு?’

‘இல்ல, நாட்டு நல்லாருக்குமே, யூஸ் ஆவுமேன்னு நெனச்சேன்.’

இந்த ரகமான உயர் இலக்கிய உரையாடல் சுமார் முக்கால் மணி நேரம் இருவருக்கும் நடைபெற்றது. இறுதியில் புறப்படும்போது மத்திய அரசு மாமனார், ‘நாவல் என்ன ஒரு ராணிமுத்து சைசுக்கு வருமா? பேப்பர் தீந்துருச்சின்னா சொல்லுங்க. நான் வாங்கிட்டு வரேன்’ என்று சொல்லிவிட்டுப் போனார்.

அன்றைக்கு மறு நாள் பாராகவனின் பத்தினித் தெய்வம் மீண்டும் அதை நினைவுபடுத்தினாள்.

நாளைத் தள்ளிப் போட்டுக்கொண்டு போவதில் என்ன இருக்கிறது? நீங்கள் நாவலை ஆரம்பித்து விடுங்கள். அதற்கு முன்னால் கதைச் சுருக்கத்தைச் சொல்லிவிடுவது நல்லது.

அவன் அப்போது வேறெதையோ சொல்லி சமாளித்துவிட்டு அவசர வேலையாக வெளியேறி டீக்கடைக்குச் சென்று அரை மணி நேரம் செலவழித்துவிட்டுத் திரும்பி வந்தான். இப்போது எட்டாம் நம்பர் வீட்டு அங்கிளாண்டிகள் இருவரும் அவன் வீட்டுக்கு வந்து, அவன் பெறப் போகிற நோபல் பரிசுக்கு வாழ்த்துச் சொல்லிவிட்டு, 'நாவல் எழுதறபடி எழுதுங்க. அப்டியே ஒரு காப்பி நம்ம சங்கருக்கு அனுப்பி படிச்சி பாக்க சொல்லுங்க.'

'யாரு சங்கரு?'

'அதான் சார் சினிமா டைரக்டரு. முதல்வன் எடுத்தாரே.'

'அவர் உங்க ரிலேடிவா?'

'சேச்சே. தெரியும். அவ்ளதான்.'

'ஓ, பழக்கம் உண்டா?'

'இல்லிங்க சார். படம் பாத்திருக்கேன். பேரு தெரியும். டேலண்ட் உள்ள ஆளு. அவர் மூலமா உங்க நாவல் சினிமா ஆச்சின்னா இன்னும் கெத்துதான?'

ஊர் உலகத்துக்குத் தெரியப்படுத்த வேண்டிய எதையுமே மூச்சு விடாமல் அடைகாக்கும் தனது மனைவி இந்த ஒரு விஷயத்தை மட்டும் ஏன் வம்படியாக ஒவ்வொருவராகத் தேடிப் போய்ச் சொல்லிவிட்டு வருகிறாள் என்று அவனுக்குப்

புரியவில்லை. அவளது நடவடிக்கையில் கேலிக்கோ கிண்டலுக்கோ இடம் இருப்பதாகவும் அவனுக்குத் தோன்றவில்லை. உண்மையிலேயே அவனது முயற்சிக்குத் தனது உளமார்ந்த ஆதரவைத் தெரிவிக்கவே அவள் விரும்பினாள். இது அவனுக்குப் புரிந்தது.

எட்டாம் நம்பர் அங்கிள் அன்றைக்கு அவனுக்கு இரண்டு ஜெகச்சிற்பியன் நாவல்களின் கதைச் சுருக் கத்தைச் சொல்லி (அவர் படித்தது), அவரிடம் இருந்த கலைமாமணி விக்கிரமனின் நந்திபுரத்து நாயகி என்கிற நாவலின் பிரதியையும் கொடுத்துவிட்டுச் சென்றார். 'இப்டி எழுதுங்க சார். கண்டிசனா லாட்ரி அடிச்சிரும்' என்கிற முத்தாய்ப்பு வேறு.

கதைச் சுருக்கம் சொல்வதற்குத் தயாராகும் பொருட்டு வெளியே சென்று வருவதாகச் சொல்லிவிட்டுப் பாராகவன் மெரினா கடற்கரைக்குச் சென்றான். வாழ்க்கை அவனுக்கு இரண்டு அருமையான வாய்ப்புகளைத் தந்திருந்தது. முதலாவது, மனைவியிடம் கதைச் சுருக்கம் சொல்லி ஓகே வாங்கி நாவலை எழுதிவிடுவது. அல்லது. நெடுநாள்களாகத் தற்கொலை கேஸ்களையே காணாத மெரினாவுக்கு அந்த வாய்ப்பைத் தந்துவிடுவது.

அவனுக்கு ஒரு சம்பவம் நினைவுக்கு வந்தது. அவனது இலக்கிய எதிரிகளுள் ஒருவனான ஹாருகி முரகாமி ஒரு நாள் தன் வீட்டுக்குச் சற்றுத் தொலைவில் இருந்த ஏரிக் கரையோரம் அமர்ந்து (தொப்பி போட்டுக்கொண்டு) மீன் பிடித்துக்கொண்டிருந்தான். நெடு நேரம் ஆகியும் மீன் எதுவும் சிக்கியபாடில்லை. சலித்துப் போய், தூண்டிலைப் போட்டுவிட்டு எழுந்து நடக்க ஆரம்பித்தான். வழியில் தென்பட்டதொரு

சாராயக் கடையில் நுழைந்து கொஞ்சம் குடித்தான். பிறகு வீட்டுக்கு வந்து மனைவியிடம், 'இன்று எனக்கு எந்த மீனும் சிக்கவில்லை' என்று சொன்னான்.

அவள் புன்னகை செய்தாள். கையைப் பிடித்து அவனை அழைத்துச் சென்று உணவு மேசையில் அமர வைத்து, ருசி மிகுந்த சால்மன் மீன் சேர்த்த உணவைப் பரிமாறி சாப்பிட வைத்தாள். சாப்பிட்டு முடித்து அவன் எழுந்திருக்கும்போது அவன் புறங்கையில் முத்தமிட்டு, 'அன்பே, உங்களுக்குத் தெரியாதா? இன்று சிக்காத மீன்கள்தாம் நாளைய பொழுதுக்கான உறுதிப்பாட்டைத் தருகின்றன' என்று சொன்னாள்.

அந்தக் கணத்தில் அவன் மனத்தில் ஒரு பெரிய நாவலுக்கான கரு உதித்தது. உடனே ஓடிச் சென்று உட்கார்ந்து எழுதத் தொடங்கினான். *Kafka on the Shore* பிறகு உலகப் புகழ் பெற்றது.

அசந்தர்ப்பமாகப் பாராகவனுக்கு இது நினைவுக்கு வந்து நெஞ்சை அடைத்தது. தமிழ்ச் சூழலில் ஒரு கலைஞனாகக்குப்பைகொட்டுவதுசிரமமானகாரியம் என்பது அவனுக்குத் தெரியும். உண்மையிலேயே அவன் ஓர் உலகத்தரமான நாவலை எழுதினாலும் அது ஐம்பது பிரதிகளுக்கு அப்பால் செல்லுபடியாகுமா என்கிற சந்தேகம் இருந்தது. உலகம் ஒரு திக்கிலும் தமிழ்ச் சூழல் இன்னொரு திக்கிலும் சுற்றிச் சுழல்வது இன்று நேற்று நிகழ்வதல்ல. மீறி சில அற்புதங்கள் நிகழாமல் இல்லை. நிகழாத சிலவற்றை அற்புதமாக முன்னிறுத்தும் முயற்சிகளும் நடக்காமல் இல்லை. அரசியல், சினிமா, கலை-இலக்கியம் எல்லாம் ஒன்றுதான். எட்டாம் நம்பர் அங்கிளாண்டி சொன்ன லாட்டரி யாருக்கு விழும் என்பதில் உள்ளது எல்லாமே.

சிறு வயதில் சில காலம் அவனும் வண்ணமயமான லாட்டரி டிக்கெட்டுகளை வாங்கிப் பார்த்திருக்கிறான். ஒரு லட்சம். இரண்டு லட்சம். அதற்கு மேல் கிடையாது. அதிகப் பரிசு தரக்கூடிய லாட்டரி டிக்கெட்டுகளின் விலையும் அதிகமாகவே இருக்கும். அவன் அதிகபட்சம் ஒரு ரூபாய்க்கு மிகாத லாட்டரி டிக்கெட்டுகளையே எப்போதும் வாங்குவான். ஏழெட்டு நூறு ரூபாய்கள் அதில் செலவாகியிருக்கலாம். அவனது சீட்டுகள் என்றும் பரிசு வென்றதில்லை. கவனமாக அதை உணர்ந்துகொண்டு அதிலிருந்து வெளியே வந்ததுதான் தனது சிறப்பு என்று எப்போதும் நினைப்பான்.

கோட்டைகளைக் கட்டுவது அல்லது கோட்டைகளை வெல்வது. இரண்டில் ஒன்றை விரும்பாத யாரும் இருக்க முடியாது. விருப்பத்தின் பின்னால் செல்ல வாழ்க்கை அனுமதிக்கிறதா என்பதுதான் கேள்வி.

கடமையைச் செய், பலனை நினைக்காதே என்று எல்லாவற்றையும் அடைந்து அல்லது கடந்துவிட்டவன் சொல்வதும் பணத்தால் நிம்மதியை வாங்க முடியாது என்று பணக்காரன் சொல்வதும் ஒன்றுதான். கேலண்டரில் பொன்மொழியாக எழுதி வைக்கத் தகுந்தவை. பின்பற்ற லாயக்கற்றவை. விளைவைத் தராத ஒரு சிறு செயலும்கூட சிக்கலுக்குரியதே ஆகும். கழிப்பறையில் ஏற்படும் மலச் சிக்கலும் சிறிது மருந்து செலவு வைக்கும்.

உலகத் தரத்தில் ஒரு நாவல். அதற்கென்ன. எழுதினால் போயிற்று. நோபல், புக்கரெல்லாம் எங்கே போய்விடப் போகிறது? வாழும் காலத்துக்குள் ஒரு பெரும் செயலைச் செய்து முடித்துவிட முடிந்தால் போதுமானது. அவசரமில்லை. பதற்றம் தேவையுமில்லை. நிதானமாகச் செய்ய வேண்டும்.

யாருக்கும் கதைச் சுருக்கம் சொல்லி அப்ரூவல் வாங்க வேண்டிய கட்டாயமில்லாத ஒரு காலம் வராமல் போய்விடாது. ஆனால் அதுவரை வாழத்தான் வேண்டும்.

நெடுநேரம் அவன் கடற்கரை மணலில் அமர்ந்து யோசித்துக்கொண்டிருந்தான். மாலை நகர்ந்து இரவாகிப் போனது. காதலர்களும் வீடு திரும்ப எழுந்துவிட்டார்கள். இனி என்ன. போலிஸ் வரும். விசில் ஊதிக்கொண்டே வந்து, எழுந்திருக்கச் சொல்வார்கள். கடற்கரையில் நெடுநேரம் இருப்பவர்கள் எல்லோருமே தற்கொலை செய்துகொள்ளத்தான் விரும்புவார்கள் என்று யாரோ நினைத்திருக்க வேண்டும். அதை வீட்டுக்குப் போய்ச் செய்துகொள்வதுதான் அவர்களுக்கு வசதி.

பாராகவனும் வீட்டுக்குக் கிளம்பினான்.

அவனுக்காகக் காத்திருந்த அவன் மனைவி, 'சாப்பிட வாங்க' என்று சொன்னாள்.

'எனக்கு ஒண்ணு தோணுது. சொல்லவா?'

'நாளைக்குத் தேதி ஆறு. ஹவுஸ் ரெண்ட் தரணும். கரண்ட் பில் கட்டணும். க்ரெடிட் கார்ட் பில் கட்டணும். பால்காரன், பேப்பர்காரன் செட்டில் பண்ணிட்டேன். மளிகை லிஸ்ட் எழுதி வெச்சிருக்கேன். நீங்க போய் குடுத்துட்டு வரிங்களா இல்ல நானே போகவா?'

அவன் சிறிது நேரம் பேசாதிருந்தான். பிறகு, 'சொந்தமா ஒரு பத்திரிகை ஆரம்பிக்கலாம்னு பாக்கறேன். நீ என்ன சொல்ற?' என்று கேட்டான்.

(முற்றும்)

www.ingramcontent.com/pod-product-compliance
Ingram Content Group UK Ltd.
Pitfield, Milton Keynes, MK11 3LW, UK
UKHW041843200726
13854UKWH00005BA/1897